ரெண்டு

ரெண்டு

பா. ராகவன்

Title: Rendu
Author's Name: Pa Raghavan

Published by Ezutthu Prachuram

Ezutthu Prachuram
(An imprint of Zero Degree Publishing)
No. 55(7), R Block, 6th Avenue,
Anna Nagar,
Chennai - 600 040

Website: www.zerodegreepublishing.com
E Mail id: zerodegreepublishing@gmail.com
Phone: 89250 61999

Ezutthu Prachuram First Edition: December 2021
ISBN: 978-93-91748-42-5
TITLE NO EP: 304

Cover Art: Rajan PR
Layout: Vijayan

சமர்ப்பணம்

முத்துராமன் நினைவுக்கு

ஒரு சொல்

ரெண்டு, குங்குமத்தில் தொடராக வெளி வந்தது. அதற்குக் காரணமான ஆசிரியர் ராவ் அவர்களுக்கு என் நன்றி. எழுதப்பட்ட காலத்தில் இதன் கருப் பொருள் சார்ந்து நிறையக் கண்டனங்கள் வந்தன. நீயெல்லாம் ஒரு எழுத்தாளனா என்று என்னையும், இதெல்லாம் ஒரு பத்திரிகையா என்று குங்குமத்தையும் நிறையப் பேர் மனமார சபித்தார்கள். காலம் இரக்கமற்றது. இந்நாவலின் பேசு பொருள் அடுத்தப் பத்தாண்டுகளில் சாதாரணமாகிவிட்டது. அதன் பிறகு, ரெண்டு ஒரு சிறந்த நாவல் என்று பலர் மதிப்புரை எழுதினார்கள். இதைத் திரைப்படமாக எடுக்கலாம் என்று சில இயக்குநர்கள் சொன்னார்கள்.

எப்போதும், எழுதுவதுடன் என் பணி முடிந்துவிடுவதாகக் கருதுகிறேன். ஒரு படைப்பு நிலைப்பதும் இடமிழந்து போவதும் வேறு யாருடைய கட்டுப்பாட்டிலோ இருப்பதாகவே நினைத்துக்கொள்கிறேன். 2006ல் வெளியான இந்நாவலின் இரண்டாம் பதிப்பு இந்த 2021ல் வருகிறது.

இம்மகிழ்ச்சி இன்னொரு பதினைந்தாண்டுகளுக்குப் பிறகும் கிடைக்கிறதா என்று பார்க்க வேண்டும்.

பா. ராகவன்

அத்தியாயம் ஒன்று

பறக்கத் தொடங்கிய இருபதாவது நிமிடம் அறிவித்தார்கள். விமானம் கடத்தப்பட்டிருக்கிறது.

வேகவைத்த ஆப்பிள் பழத்தை ஸ்பூனால் மசித்துக்கொண்டிருந்த என் பக்கத்து இருக்கை கனவான் அப்படியே நிறுத்திவிட்டு, 'இயேசுவே' என்று சொன்னார். ஒரு சிலர் உடனடியாக மார்பிலும் வாயிலும் கைவைத்துக்கொண்டார்கள்.

ஓயாது துடித்துக்கொண்டிருக்கும் இதயம். சரியாகவோ, தவறாகவோ - சிந்தித்துக்கொண்டிருப்பதை உறுதிப்படுத்திக் கொண்டிருக்கும் வாய்கள். இரண்டும் பத்திரமாகத்தான் இருக்கவேண்டும். ஒருவேளை பெரும்பாலான திரைப்படங்களில் வில்லன்களாகப் பட்டவர்கள் துப்பாக்கியை நெஞ்சிலும் வாயிலும் அழுத்தி மிரட்டும் காட்சிகள் நிறைய வந்துவிட்டது கூட இதற்குக் காரணமாக இருக்கலாம்.

அழகிய முகங்கள். தூங்கி வழிந்த முகங்கள். பெரிய விழிகளை உருட்டி உருட்டிக் காட்டிக்கொண்டிருந்த அந்த உக்ரேனியச் சீமாட்டியின் பிரும்மாண்டமான உருண்டை வடிவ முகம், எனக்கு நேரெதிர் இருக்கையில் ஏறி அமர்ந்த வினாடி முதல் சளைக்காமல் குடித்துக்கொண்டே இருந்த முன்னாள் சோவியத் ஜவானின்

சுருக்கங்கள் மிகுந்த குங்குமப்பூ நிற முகம், பீரோவிலிருந்து எடுத்துப் பொருத்திக்கொண்டது போன்ற புன்னகையை விமானமெங்கும் படரவிட்டுக்கொண்டிருந்த விமானப் பணிப்பெண்களின் கண்கள் சிறுத்த முகங்கள். அத்தனையும், அத்தனையும் உறைந்துவிட்டன. உடனே அவரவர் கடவுள்கள் உதவிக்கு அழைக்கப்பட்டார்கள். ஆபத்பாந்தவா, அனாதரட்சகா.

கடத்தல்களில் நான் காப்பாற்றுபவனாக இருக்கிறேன் என்று கீதையில் பகவான் எந்த இடத்திலாவது சொல்லியிருக்கிறாரா? யோசித்துப் பார்த்தேன். ம்ஹூம். ரகசியங்களில் அவர் மௌனம். அது மட்டும்தான் டிக்ளேர் செய்யப்பட்டிருக்கிறது. வேறு வழியில்லை. யாராவது சாதுர்யம் மிக்க கதாநாயகர்கள் விமானத்தில் இருந்தால் உத்தமம். விமானி என்ன செய்துகொண்டிருக்கிறார்? உத்தமோத்தமரே, விமானத்தை உடனடியாகக் கீழிறக்கி பி-2 போலீஸ் ஸ்டேஷனுக்கு ஓட்டிச்செல்லுங்கள்.

யாரும் அசைய வேண்டாம். எழுந்துகொள்ளவோ, கூச்சலிட்டுக் குழப்பம் உண்டாக்கவோ முயற்சி செய்யவேண்டாம். எல்லாவற்றைவிடவும் முக்கியம், பயப்படவேண்டாம். உடனடியாக உயிரைப் பறிக்கும் உத்தேசம் ஏதும் இல்லை. வீணாகத் தாக்குதல் முயற்சிகளில் ஈடுபட நினைத்து உயிர்விட நேர்ந்தால் அதற்கு அவர்கள் பொறுப்பல்ல.

கடத்தல்காரர்களில் ஒருவன் அறிவித்தான். எந்தத் தாய்க்குத் தலைமகனோ. நல்ல வளர்த்தியாக, சரியான எலும்பனாக இருந்தான். இரண்டாக உடைத்துப் பல்குத்திக்கொள்ளலாம் போல அப்படியொரு ஒல்லி. அவனுக்கு அருகில் நின்றுகொண்டிருந்த இன்னொரு தீவிரனின் பார்வை ஒரு பூனையின் பார்வை போல இருந்தது. ஓரிடத்தில் நில்லாமல் அலைபாய்ந்துகொண்டிருந்த பார்வை அது. பயணிகள் அத்தனை பேரையும் கண்களால் எடுத்து விழுங்கி, ஞாபகத்தால் ஜீரணித்துக்கொள்ள விழையும் பார்வை.

இன்னொருவனின் முகம் அசப்பில் பகவான் ரமணமகரிஷியின் இளமைக்காலத் தோற்றம் போல இருந்தது. மிகவும் சாதுவாகக் கைகட்டி நின்றிருந்தான். என்ன இழவெடுத்த கடத்தல்காரர்கள்

இவர்கள்? கையில் ஒரு துப்பாக்கி கூடவா இருக்காது? ஆயுதம் எதுவும் இல்லை என்று நினைத்து யாராவது விவகாரமாக நடந்துகொள்ள முயன்றால் சட்டை பட்டனைக் கழற்றி, உள்ளே ஏதாவது பொத்தானை அழுத்தி வெடிக்கச் செய்துவிடுவார்களோ என்கிற பயத்தில்தான் அத்தனை பேரும் பேசாதிருந்தார்கள். தொழில்முறை வில்லன்கள் தம்மிடமிருக்கும் ஆயுதங்களைத் தமிழ் சினிமா வில்லன்கள் போல விரித்துக் காட்டுவதில்லை போலிருக்கிறது. பிழைத்துக்கிடந்து ஊருக்குப் போய்ச் சேர்ந்தால் விஜயகாந்திடமும் இன்னபிறரிடமும் இதை எடுத்துச் சொல்லவேண்டும்.

பயணியர் பகுதியில் அவர்கள் மூவர்தான் காவலுக்கு நின்றுகொண்டிருந்தார்கள். விமானியின் இருப்பிடத்தில் எத்தனை பேர் இருக்கிறார்களோ. ஹெல்ஸிங்கியில் கிளம்பி, ஆசுவாசத்துக்காக மாஸ்கோவில் சற்று நேரம் நின்றுவிட்டுப் புறப்பட்ட விமானம். சங்கீதமும் சாராயமுமாக, கொடுத்த காசுக்கு அனுபவிக்க விடாமல் இதென்ன ரோதனை?

"இந்தப் பகுதியில் இப்படியெல்லாம் நடந்ததில்லை. சரித்திரமே இல்லை" என்று திரும்பத் திரும்பச் சொல்லிக்கொண்டிருந்தார் எனக்குப் பின்வரிசையில் அமர்ந்திருந்த யாரோ ஒரு வர்த்தகர். செம்பு வர்த்தகத்தை முன்னிட்டு சீசன் டிக்கெட் வாங்கிக்கொண்டு ஹெல்ஸிங்கியிலிருந்து மாஸ்கோவுக்கும் மற்றபிற முன்னாள் ரஷ்யக் கூட்டமைப்பு தேசங்களுக்கும் தினந்தோறும் போய்க்கொண்டிருப்பவர் போலிருக்கிறது.

இன் ஃபோர்ட்டீன்த் டிசம்பர் ஆஃப் நைண்டீன் நைண்ட்டி செவன் வொயில் ஐ வாஸ் இன் ஆம்ஸ்டர்டம் என்று சரித்திரத்தின் பழைய பக்கம் ஒன்றை எடுத்து தூசு தட்டி விரிக்க ஆரம்பித்தார் எனக்கு முன்னால் அமர்ந்திருந்த ஒரு ப்ரொபசர். அநேகமாக சரித்திர வாத்தியாராக இருக்கவேண்டும். எந்தப் பாவப்பட்ட மாணவக் கூட்டம் மாட்டிக்கொண்டு இத்தனை காலமாகத் தவித்துக் கொண்டிருந்ததோ. கடத்திய புண்ணியவான்கள் கபாலமோட்சம் அளித்தாலொழிய அவர்களுக்கு விடுதலை கிடையாது.

''யார் நீங்கள்? உங்களுக்கு என்ன வேண்டும்?'' என்று எங்கோ தொலைதூரத்திலிருந்து குரல் உடைந்து கத்தினார் ஒரு வயது முதிர்ந்த பெண்மணி. என்ன ஒரு பேராசை! எந்தக் கடத்தல்காரர்கள் கடத்திய கணத்திலேயே தமது கோரிக்கையைத் தெரிவித்திருக்கிறார்கள்? அதுவும் பயணிகளிடம்! சோவியத்துக் கிழவிக்கு ரொம்பத்தான் ஆசை. என்னமோ கேட்டதும் இடுப்புச் சுருக்குப் பையை அவிழ்த்து எடுத்துக் கொடுத்துவிடுபவள் போல. விட்டால் விமானத்திலிருந்த அத்தனை பேரிடமும் துண்டேந்தி நிதி வசூலித்துவிடுவாள் போலிருந்தது. சிரித்துக்கொண்டேன்.

பலபேருக்கு வேறு பயம் இருந்தது. செப்டெம்பர் 11 சம்பவத்துக்குப் பிறகு விமானக்கடத்தல் என்றாலே கொண்டுபோய் மோதுவதுதான் நோக்கமாக இருக்குமோ என்கிற பயம். ஆனால் இந்தக் கடத்தலின் சூட்சுமம் புரியவில்லை. வழியில் மோதி அழிக்கும்படியாக எந்தப் பெரிய ஆகிருதி படைத்த கட்டடங்களும் இல்லை. பின்லாந்தின் தலைநகரத்திலிருந்து புறப்பட்ட விமானம். மாஸ்கோவை விட்டால் நேரே தாஷ்கண்ட் போய்விடப்போகிறது. லால் பகதூர் சாஸ்திரியின் ஞாபகம் தாஷ்கண்ட்வாசிகளுக்கு இருக்குமா என்று தெரியவில்லை. நமக்கே சட்டைப்பையில் கொடி குத்திக்கொள்ளும் தினங்களில்தான் எப்போதாவது நினைவுக்கு வருகிறது.

கண்டிப்பாக மோதி அழிக்கும் கடத்தல்காரர்களாக இருக்கமாட்டார்கள் என்று எனக்குத் தோன்றியது. வேறெங்காவது கொண்டு இறக்கிவைத்துவிட்டு எந்த தேசத்து அரசுடனாவது பேரத்தில் இறங்குவார்களாயிருக்கும். யாரையாவது விடுதலை செய். எந்த முனிசிபாலிடியையாவது சுதந்தர தேசமாக்கு. கோரிக்கைகளுக்கா பஞ்சமில்லை?

'டெரரிஸ்ட்ஸ்' என்று நடுங்கியபடி சொன்னார் ஒருவர். பின்னிணைப்பாக இன்னொருத்தர் 'இஸ்லாமிக் டெரரிஸ்ட்ஸ்' என்று சொன்னார். அல் காயிதா, ஹமாஸ், ஹெஸ்புல்லா, ஜமா இஸ்லாமியா என்று தமக்குத் தெரிந்த பெயர்களையெல்லாம் வரிசையாக ஆளுக்கொன்றாக அபிப்பிராயம் உதிர்த்துக் கொண்டிருந்தார்கள்.

பாவம் இஸ்லாம் என்ன செய்தது? அதைக்கொண்டுபோய் இவர்களுடன் சேர்ப்பானேன் என்று கேட்க நினைத்தேன். ம்ஹூம். இதுவல்ல தருணம். ராஜுவாக இருந்திருந்தால் கேட்டிருப்பான். விக்டர் அல்லது மனோஜ் என்றால் சந்தேகமில்லாமல் சட்டையைப் பிடித்திருப்பார்கள். பயன்படுத்தும் சொற்களின் முழு அர்த்தத்தையும் விளங்கிக்கொண்டுதான் பேசவேண்டும் என்று நாட்டு மக்களுக்கு யாரும் கட்டளையிடமுடியாது. பயத்தில் உளறுவதையெல்லாம் பரலோகத்தில் இருக்கும் பரமபிதா அவசியம் மன்னித்துவிடுவார். அமெரிக்க அதிபர் பேசுவதையெல்லாம் கேட்டிருக்கிறீர்களா? சளைக்காமல் அரைமணிநேரம் உளறிக்கொண்டே இருப்பதுகூட ஒரு வல்லமைதான். திறமைதான். வார்த்தை வார்த்தையாகப் பிரித்துப் பார்த்தால் வெறும் வெங்காயம். என்னென்னவோ பேருண்மைகளையெல்லாம் புதைத்துவைத்த சொற்பொழிவு போன்றதொரு பாவனை. உள்ளுக்குள் ஒரு புடலங்காய் புண்ணாக்கும் இருக்காது.

ஒரு சமயம் நாங்கள் இதே போன்றதொரு சமூகவியலாளர் மாநாட்டில் கலந்துகொள்ள பிரான்ஸுக்குப் போய்விட்டு விமானத்தில் திரும்பும்போது யாரோ ஒரு அமெரிக்கர், சோமாலியாவுக்கு அமெரிக்கப் படைகளை அனுப்பியது மாபெரும் நலப்பணி என்று பேசினார்.

"வேறு எந்த அரசுக்கு இப்படி உலகு தழுவிய நல்லெண்ணம் இருக்கமுடியும், எங்களைத் தவிர? மானுடகுல சரித்திரத்தில் நாங்கள் தனியொரு பாகம்" என்று சொன்னார்.

விக்டருக்குக் கோபம் வந்துவிட்டது. குடித்துக்கொண்டிருந்த கோப்பையை நகர்த்தி வைத்துவிட்டு எழுந்து அவர் அருகே போனான். அந்த அமெரிக்க கனவான் அணிந்திருந்த விலை உயர்ந்த டையைப் பிடித்து அவரைத் தூக்கி நிறுத்தினான். தூரத்திலிருந்து தற்செயலாக இதனை கவனித்த விமானப் பணிப்பெண் என்னமோ ஏதோ என்று அருகே ஓடிவந்து 'மே ஐ ஹெல்ப் யூ?' என்று கேட்டாள்.

அப்படியா? மிகவும் நல்லது. எனக்கு இவனைக் கொல்ல வேண்டும். ஒரு கைத்துப்பாக்கி அல்லது லேசர் கத்தி இருக்குமா உங்களிடம் என்று கேட்டான் விக்டர். அந்தப் பெண் வெலவெலத்துவிட்டது.

அவன் சிரித்தபடி டையைத் தளர்த்தி, தானே சரி செய்து அந்த அமெரிக்க கனவானை ஆசுவாசப்படுத்தி அமரவைத்தான். பணிப்பெண்ணை அனுப்பிவிட்டு, 'பொது இடத்தில் அரசியல் பேசுவது தவறு. தப்பாகப் பேசுவது அதைக்காட்டிலும் தவறு' என்று சொன்னான்.

"இதென்ன அராஜகம்? உங்களுக்கு மாற்றுக்கருத்து இருக்குமானால் அதைப் பதிவு செய்யுங்கள். அதை விடுத்து இப்படி வன்முறையில் இறங்குவது காட்டுமிராண்டித்தனம். விமானம் தரையிறங்கியதும் நான் போலீஸ் கம்ப்ளைண்ட் கொடுக்கப் போகிறேன்" என்று குதித்தார் அமெரிக்க கனவான்.

"தாராளமாகச் செய்யுங்கள். நான் ஏழு முறை சிறைச்சாலைக்குச் சென்றிருக்கிறேன்" என்றான் விக்டர்.

"யார் உங்களுக்கு விசா கொடுத்தது? எப்படி இந்த ஆளை விமானத்தில் ஏற விட்டார்கள்?" என்று அவர் குதிக்க ஆரம்பித்தார்.

விமானச் சிப்பந்திகள் வந்து நிலவரம் கலவரமாகாமல் விக்டரைச் சமாதானப்படுத்தி அமரவைப்பதற்குள் போதும் போதுமென்றாகி விட்டது.

அவன் இரண்டு வாய் ஓட்கா அருந்தி சற்றே நிதானத்துக்கு வந்தபிறகு "எதற்கு இப்படி அநாவசியமான நடவடிக்கைகளில் ஈடுபடுகிறாய்? அந்த ஆள் பேசினால் பேசிவிட்டுப் போகட்டுமே, அவனுக்கும் பொழுதுபோகவேண்டுமல்லவா?" என்று கேட்டேன்.

"பேசினால் பிரச்னையில்லை. யாராவது உளறினால் என் நிதானம் தவறிவிடுகிறது" என்று சொன்னான் விக்டர்.

பார்த்துக்கொண்டிருந்த மனோஜ் புன்னகை செய்தான். "அவந்திகா, விக்டர் செய்தது தவறு. அவன் ஏன் டையைப் பிடித்தான் என்று

கேள். நேரடியாகக் கழுத்தைப் பிடித்திருக்கலாம்.'' என்று சொன்னான்.

நான் தலையில் அடித்துக்கொண்டேன். ''நீங்களெல்லாம் சமூகவியல் ஆய்வாளர்கள்! உங்கள் மாணவர்களை நினைத்தால் பாவமாக இருக்கிறது'' என்று சொன்னேன்.

''நமது ஆராய்ச்சிகள் நாசமாய்ப் போகட்டும். மடையர்கள் நடுவில் அல்லவா நாம் வாழ்ந்துகொண்டிருக்கிறோம்?'' என்றான் விக்டர்.

''இது ஆணவம்'' என்றேன் நான்.

''அல்ல. ஆற்றாமை'' என்று விக்டர் சொன்னான். ''நாம் பணியாற்ற வேண்டிய களமே வேறு. பைத்தியக்காரத்தனமாக வேறு என்னென்னமோ செய்துகொண்டிருப்பதாகத் தோன்றுகிறது.''

''பேசாமல் பாலர் பள்ளி ஒன்று ஆரம்பிக்கலாம்'' என்றான் மனோஜ்.

''உருப்படுகிற வழியைப் பார். நாம் இறங்கவேண்டிய நேரம் நெருங்கிவிட்டது'' என்று சொல்லிவிட்டு எழுந்து பாத்ரூமுக்குப் போனேன்.

காக்பிட்டைத் திறந்துகொண்டு வேறொரு புதிய கடத்தல்காரன் வெளியே வந்தான். அவனைப் பார்த்ததும் வெளியே நின்றுகொண்டிருந்த மூன்று இளைஞர்களும் சற்று நகர்ந்து நின்றுகொண்டார்கள். தலைவனாக இருக்கக் கூடும். ஒரு சொற்பொழிவாற்றும் உத்தேசத்தில் வந்திருக்கிறானோ என்னமோ. அன்புத் தாய்மார்களே, அருமைப் பெரியோர்களே.

இல்லை. ரத்தினச் சுருக்கம். மூன்றே வரிகள்தாம். விமானம் அவர்கள் கட்டுப்பாட்டில் இருக்கிறது. இன்னும் மூன்று நிமிடங்களில் தரையிறங்கப் போகிறது. யாரும் இடத்தைவிட்டு எழவேண்டாம்.

''இது எந்த இடம்?'' என்று கேட்டார் வேகவைத்த ஆப்பிள்காரர். சாப்பிடுவதை அப்போதும் அவர் நிறுத்தவில்லை.

கடத்தல்காரர்கள் யாரும் பதில் சொல்லவில்லை. பாஹுரு அல்லது டெஹ்ரானாக இருக்கும் என்று யாரோ கிசுகிசுத்தார்கள். ம்ஹுஹும். விமானக்கடத்தல் என்றால் தீவிரவாத முஸ்லிம்கள்தான் என்கிற எண்ணத்தை மாற்றிக்கொள்ள யாருமே தயாராக இல்லை போலிருக்கிறது. இதற்காகவாவது கடத்தியவர்கள் வேறு மதத்தைச் சேர்ந்தவர்களாக இருந்தால் தேவலாம் என்று தோன்றியது.

"அவன் முகத்தைப் பாருங்கள். அத்தனை நீண்ட முகவாய் ஈரானியர்களுக்குத்தான் இருக்கும்" என்றார் ஒருவர்.

"நெற்றி மிகவும் சின்னதாக இருக்கிறது. இது நிச்சயம் போஸ்னிய கோஷ்டிதான்" என்று அடித்துச் சொன்னார் இன்னொருவர்.

"இத்தனை உயரம் எகிப்தியர்களுக்கு மட்டுமே சாத்தியம்" என்றார் வேறொருவர்.

"பிழைப்போமா?"

அனைவரின் விழிகளிலும் பயம் இருந்தது. மரண பயம்.

கடத்தல்காரர்களில் ஒருவன் இருக்கைகளுக்கு இடையே மெல்ல நடந்துவந்தபடி ஒவ்வொருவரையாக ஆராய்ந்தான். என் அருகே வந்தபோது நான் புன்னகை செய்தேன். சட்டென்று எழுந்து அவன் கையைப் பற்றிக் குலுக்கி, "ஹாய், ஐயம் அவந்திகா. நானொரு இந்தியப் பிரஜை" என்று சொன்னேன்.

முகத்தில் எவ்வித பாவமும் இல்லாமல் அவன் தன் கையை விடுவித்துக்கொண்டு அடுத்த வரிசைக்குப் போனான். வேகவைத்த ஆப்பிள்காரர் மட்டும் அப்புறம் என் பக்கம் திரும்பவேயில்லை.

அத்தியாயம் இரண்டு

அகாலத்தில் வந்திறங்கிய இடத்துக்குப் பேர் ரிகா என்று சொன்னார்கள். கோஸ்டரிகா இல்லை. வெறும் ரிகா. லாட்விஜாஸ் ரிபப்ளிகா என்றால் ஸ்வீட்டா, காரமா என்று கேட்கிற அபாயம் உண்டு. முன்னாள் சோவியத் யூனியனின் தோள்பட்டைச் சதையைப் பியத்துப் போட்டது போல வரைபடத்தில் பார்த்திருக்கக் கூடிய லாட்வியா.

விஷயம் தெரிந்ததும், ஆட்சி புரிபவர் மாட்சிமை தாங்கிய மன்னர் குலத்தவரா, மாண்புமிகு மந்திரி குலத்தவரா என்று உடனே யோசிக்கத் தொடங்கிவிட்டார்கள். என்ன பேரமோ என்ன இழவோ. இன்னும் பியத்துக்கொள்ள சோவியத் அப்பத்தில் எத்தனை துண்டுகள் மிச்சமிருக்கிறதோ தெரியவில்லை.

தரையிறங்கியவுடன் நிவாரண உதவி பெறும் வரிசை போலப் பயணிகளை நீளமாக நிறுத்தி, கீழே இறக்கினார்கள். நல்ல இருட்டு. அதைவிட நல்ல குளிர். பல்லெல்லாம் தந்தியடித்தது. சூடாக ஒரு காப்பி கிடைக்க ஆவன செய்தால் கடத்தல்காரர்களுக்கு சர்வமங்களமும் உண்டாவதில் எனக்கேதும் ஆட்சேபணை இல்லை.

நான் மட்டும்தான் முதல் பார்வையிலேயே கவனித்தேன் என்று நினைக்கிறேன். அது விமானநிலையம் போல் இல்லை. ஆனால் ஒரு விமான நிலையத்தின் ஓடுபாதை போலவே மிக அழகாக வடிவமைக்கப்பட்ட பாதை அந்த மைதானத்தில் இருந்தது. தீவிரவாதிகள், சொந்தத்துக்கு விமானங்கள் வைத்திருக்கும் காலத்தில் சொந்த விமான நிலையமும் இருப்பதில் வியப்பதற்கொன்றுமில்லை. என்ன ஒரு வித்தியாசம், கண்ட்ரோல் ரூமாகப்பட்டது, பாப்பநாயக்கன்பாளையத்தில் வீடு தோறும் காணக்கிடைக்கிற மாட்டுக்கொட்டகை போலிருந்தது.

எங்களைக் கீழிறக்கி வரிசையில் நிறுத்திய கடத்தல்காரர்களில் இருவர் மட்டும் ஆளுக்கொரு துப்பாக்கியுடன் காவலுக்கு நின்றுகொள்ள, மற்ற நான்கு பேரும் அந்தச் சிறு கட்டடத்தை நோக்கிப் போனார்கள். உள்ளிருந்து வெளியே வந்த ஏழெட்டு பேரிடம் ஏதோ பேசினார்கள். ஒரு தாளை வெளிச்சத்தில் நீட்டி, பென்சிலால் டிக் செய்துகொண்டே வந்தார்கள். பேசஞ்சர்ஸ் லிஸ்டோ என்னவோ. கும்பகோணம் சுந்தர்ராஜன் அவந்திகாவாகிய என் பாஸ்போர்ட் பெயரில் ஒரு ஸ்பெல்லிங் மிஸ்டேக் இருக்கிறது. டைப்போ எரர். கடத்தல்காரர்கள் கவனித்திருப்பார்களா?

அவர்களுள் நன்கு ஆங்கிலம் பேசத் தெரிந்த ஒருவன் எங்கள் முன்னால் வந்து நின்றான். வணக்கம், வந்தனம், சுஸ்வாகதம். உங்களுக்கு ஏற்பட்ட அசௌகரியத்துக்கு மன்னிக்கவும். நீங்கள் கடத்தப்பட்டிருக்கிறீர்கள். எங்கள் இயக்கப் பெரியவர்கள், உரியவர்களிடம் பேச்சுவார்த்தை நடத்தி வெற்றி கண்டபிறகு விடுவிக்கப்படுவீர்கள். அதுவரை நீங்கள் சற்று அமைதிகாக்க வேண்டும். இரண்டொரு தினங்களில் உங்கள் சுகத்துக்கு எந்தக் கேடுமில்லை என்கிற தகவல் உங்கள் தேசத்து தூதரகங்களுக்கு முறைப்படி தெரிவிக்கப்படும். இங்கே நல்லதொரு வைத்தியர் இருக்கிறார். யாருக்காவது ரத்தஅழுத்தம், வாந்தி, பேதி, தலைசுற்றல், மயக்கம், அஜீரணம், இருதயக் கோளாறு இருக்குமானால் உரிய சிகிச்சையை அவசியம் அளிப்பார். இப்போதைக்கு உங்களுக்கு உணவளிக்கப் பெரிய ஏற்பாடுகள் ஏதும் செய்யப்படவில்லை.

ரொட்டி இருக்கிறது. வேண்டிய அளவு சாப்பிட்டுக்கொள்ளலாம். தொட்டுக்கொள்ளத்தான் ஒன்றுமில்லை.

''இது அராஜகம். நீங்கள் சட்டவிரோதமாக நடந்துகொள்கிறீர்கள்'' என்று உரக்கக் கத்தினார் ஒரு பயணி. ரொட்டிக்கு சப்ஜி இல்லாதது எப்படி சட்டவிரோதமாகும்?

கடத்தல்காரன் அவரை முறைக்கவில்லை. மாறாகப் புன்னகை செய்தான். ''அசௌகரியத்துக்கு மன்னிக்கவும்'' என்று திரும்பவும் சொன்னான். படித்த கோஷ்டி போலிருக்கிறது. மிகவும் நாகரிகமாக நடந்துகொண்டார்கள். பயணிகளையும் விமானச் சிப்பந்திகளையும் அதே ஒற்றை வரிசையில் நடத்தி அழைத்துச் சென்று ஒரு பெரிய ஹாலில் கொண்டு சேர்த்தார்கள். நல்ல கனமான கம்பளிகள் மட்டும் அங்கே இருந்தன. உள்ளே நுழைவதற்கு இருந்த ஒரு வாசல் தவிர வேறு ஜன்னல்கள் கூட இல்லை. கண்டோன்மெண்ட் திருமண மண்டபம் மாதிரி இருந்தது.

''எங்களுக்கு நாளை திருமணம். இப்படிச் செய்துவிட்டீர்களே!''

சட்டென்று திரும்பிப் பார்த்தேன். வாட்டசாட்டமான இளைஞன். அவன் தோளை அழுத்தமாகப் பற்றிக்கொண்டபடிக்கு ஒடிசலாக ஒரு பெண். முழங்கால் வரைக்கும்தான் அவளது கவுன் இருந்தது. மேலுக்கு அணிந்திருந்த ஓவர்கோட்டில் 'z' என்கிற எழுத்து எம்பிராய்டரி செய்யப்பட்டிருந்தது. ஏதாவது வாயில் நுழையாத இருபத்தியொரு எழுத்து ரஷ்யப்பெயராக இருக்கலாம். இஸெட்டில் ஆரம்பித்து எக்ஸில் முடியும் பெயர்.

கடத்தல்காரர்கள் அவர்களை கவனிப்பதற்கு முன்னால் நான் அருகே சென்று இருவரின் கைகளையும் பற்றிக் குலுக்கினேன். மனமார்ந்த வாழ்த்துகள். ஒரு மறக்கமுடியாத திருமண நாள் உங்களுக்கு சித்தித்திருக்கிறது. இந்த ஒட்டடைக் குச்சியை சாஸ்திரிகளாக்கிக்கொள்ளலாம். லாட்விய மொழியில் அவன் சுலோகம் சொல்லட்டும். தாலி முடியும் நாத்தனார் உத்தியோகத்தை நான் எடுத்துக்கொள்கிறேன். வேகவைத்த ஆப்பிள்பழக்காரர் ஒரு நல்ல தாய்மாமனுக்குரிய சர்வ லட்சணங்களுடன் இருக்கிறார்.

அவர் தாரைவார்த்துக் கொடுக்கக் கடவது. இஷ்டமித்திர பந்துக்களுக்கும் பஞ்சமில்லை. நூற்று ஐம்பத்தியேழு சக பயணிகளும் நாற்காலிகளை அட்சதையும் கையுமாக நிரப்பிவிடுவார்கள். விமானி வேலைவெட்டியில்லாமல் சும்மாதான் இருக்கிறார். அவரை மேளம் வாசிக்கச் சொல்லிவிட்டு துணை பைலட்டை நாதஸ்வரம் ஊதச் சொல்லிவிடலாம்.

“ஆனால் மாற்றிக்கொள்ள மோதிரங்களைக் கூட நாங்கள் எடுத்துவரவில்லையே. ஊரில் எங்கள் பெற்றோர் எங்களுக்காகக் காத்திருப்பார்கள்” என்றான் அந்த இளைஞன்.

கடத்தல்காரர்கள் கூடிப் பேசிக்கொண்டார்கள். அவர்களது அரசியல் சாசனப்படி கடத்தப்பட்ட விமானத்தில் இருக்கும் இரு பயணிகள் திருமணம் செய்துகொள்ள அனுமதி இருக்கிறதா இல்லையா என்று எந்த அட்டர்னி ஜெனரல் வந்து அபிப்பிராயம் தெரிவிக்கப் போகிறார்?

காய்ந்த ரொட்டிகளைத் தின்றபடி நாங்கள் யோசித்துக் கொண்டிருந்தோம். கண்ணில் பட்ட ஏழெட்டு கடத்தல்காரர்கள் தவிரவும் அந்தப் பிராந்தியத்தில் குறைந்தது நூறு பேர் ஆயுதம் தாங்கியவர்களாகக் காவலுக்கு நின்றுகொண்டிருக்க வேண்டும். இருட்டில் அவ்வப்போது வெளியே நிறைய பேச்சுக்குரல்கள் கேட்டன. மொழி புரியவில்லை. மைதானத்துக்கு அப்பால் அடர்ந்த கானகம் இருக்கிறது என்றார் ஒருவர். ஊகத்தில்தான் அவர் சொல்லியிருக்க வேண்டும். ரிகாவின் ஊசியிலைக் காடுகள் குறித்து ஏழாம் வகுப்புப் புவியியல் பாடத்தில் படித்த ஞாபகமாகவும் இருக்கலாம்.

“இல்லை. பனிக்காற்றின் திசைவேகம் எனக்கு அப்படி உணர்த்துகிறது” என்று சொன்னார். வானிலை ஆராய்ச்சி மைய அதிகாரியாகவும் இருக்கக் கூடும். வானம் ஆங்காங்கே மேகமூட்டத்துடன் காணப்படும். ஓரிரு இடங்களில் பனியுடன் கூடிய புயலோ, புயலுடன் கூடிய பனியோ பொழியக்கூடும்.

ஒரு மணிநேரம் கடந்திருக்கும். அடி மனத்தில் பயமும் மேலுக்கு அர்த்தமற்ற சொற்களுமாக நாங்கள் நேரத்தைக்

கொன்றுகொண்டிருந்தோம். முன்னதாக எங்கள் மொபைல் தொலைபேசிகளையும் பிற தகவல் தொடர்புக் கருவிகளையும் கடத்தல்காரர்கள் கவனமாக வாங்கிக்கொண்டுபோய் வைத்துவிட்டார்கள். அவரவர் லக்கேஜ்களை விமானத்திலிருந்து இறக்கிக்கொள்ள அவர்கள் அனுமதிக்கவில்லை. எது வேண்டுமென்றாலும் அவர்களேதான் போய் எடுத்துவந்து கொடுத்தார்கள். எனக்குக் கூட என்னுடைய சூட்கேசில் இருந்த பிண்டத் தைலம் வேண்டும் என்று ஒரு கடத்தல்காரனிடம் கேட்டுக்கொண்டேன்.

“வாட்?” என்றான் அந்த வாட்டசாட்டன்.

“பிண்டத்தைலம். ஒரு சிறிய கண்ணாடி பாட்டிலில் இருக்கும். பழுப்பு நிறத்தைலம். தடவி உருவிவிட்டால் மேலுக்கு இருக்கிற வலிகளெல்லாம் சொஸ்தமாகும். நாற்றம் மட்டும் கொஞ்சம் சகிக்காது. பிராந்தியத்தைக் கலக்கும். சிலருக்கு வயிற்றுப்போக்கும் ஏற்படலாம். ஆனாலும் புராதன இந்தியாவின் பிரசித்திபெற்ற வலி நிவாரணி.”

ஓ, நீங்கள் இந்தியரா என்றான் அவன். சந்தேகமென்ன. சாரே ஜஹான் ஸே அச்சா. இந்துஸ்தான் ஹமாரா.

“மிஷெ கேண்டீ” என்றான் உடனே.

அவன் சொன்னது எனக்குப் புரிய நான்கு வினாடிகள் தேவைப்பட்டன. ஓயெஸ். மிஸ்டர் காந்தி. எனக்கும் அவரைத் தெரியும். சில டாக்குமெண்டரிகளில் பார்த்திருக்கிறேன். ஆகஸ்டு மாதத்தில் ஒரு சாக்லேட்டும் அக்டோபர் மாதத்தில் ஒரு நாள் விடுமுறையும் அளிக்கும் உலக உத்தமர். எங்கள் தேசத்தின் தந்தை.

‘அவருக்கு எங்களையெல்லாம் பிடிக்காதென்று நினைக்கிறேன்’ என்றான் புன்னகையுடன். எனக்கு மிகவும் ஆச்சர்யமாகப் போய்விட்டது. எங்கெல்லாம் ஊடுருவியிருக்கிறார் இந்த மனிதர்!

“நோநோ. அவருக்குப் பிடிக்காதவர்கள் என்று யாருமில்லை. கொள்கைகளுடன்தான் அவர் துவந்த யுத்தம் செய்வாரே தவிர, நபர்களுடன் அல்ல.”

அப்படியா என்றான் அவன். ஓழிந்த பொழுதில் உட்கார்ந்து பேசுவதற்குத் தயாராக இருந்தான் என்று நினைத்தேன். ஆனால் என்னால் மணிக்கணக்கில் காந்தியைப் பற்றியெல்லாம் பேசிக்கொண்டிருக்க முடியாது. நாளை மறுநாள் இந்தியாவில் இருந்தாக வேண்டும். என் பெண்ணின் பள்ளிக்கூடத்தில் பெற்றோர் ஆசிரியர் தின விழா நடக்க இருக்கிறது. பெற்றவளாக, லட்சணமாக நான் போயே ஆகவேண்டும். இல்லாவிட்டால் கவிதாக்குட்டி நிரம்ப வருத்தப்படும். மாறுவேடப் போட்டியில் அவள் அன்னை தெரசாவாக வேஷமிட இருக்கிறாள்.

ஆனால் முடியுமா? காந்தியை அறிந்திருந்த கடத்தல்காரனிடம் சாங்கோபாங்கமாக விசாரித்தேன்.

மன்னிக்கவும். தற்சமயம் எது குறித்தும் பயணிகளிடம் பேச எங்களுக்கு அனுமதியில்லை என்று சொல்லிவிட்டான். காந்தி மட்டும் விதிவிலக்கு போலிருக்கிறது.

எனக்கு உடனே முதல்முதலில் விக்டர் என்னிடம் தன் காதலைச் சொன்ன தருணம் நினைவுக்கு வந்தது.

'அவந்திகா, எனக்கு உன்னைப் பிடித்திருக்கிறது. திருமணம் செய்துகொள்ள விரும்புகிறேன். துரதிருஷ்டவசமாக நமது திருமணத்தை நடத்திவைக்க காந்தி இன்று உயிருடன் இல்லை' என்று சொன்னான்.

நாங்கள் ஏன் அடிக்கடி காந்தியை நினைவுகூரவேண்டி வருகிறது என்று பல சமயம் யோசித்துப் பார்த்திருக்கிறேன். சரியான காரணம் கிடைத்ததில்லை. நல்லவிதமாகவோ, விமரிசனபூர்வமாகவோ - அவரை நிராகரித்துவிட்டு இந்தியச் சூழலில் சமூகவியல் ஆய்வுகளை மேற்கொள்ளவே முடியாது போலிருக்கிறது.

அது ஒரு மன நோய் என்று ஒரு சமயம் மனோஜ் சொல்லியிருக்கிறான். பளாரென்று அறைந்தேன். காந்தி ஒரு கருவி. இது என் கண்டுபிடிப்பு. அவரை வைத்து நிறைய விஷயங்களில் சோதனைகள் செய்துபார்க்க முடியும். எப்போதாவது சத்தியத்தின் மீதும்.

ஸாரி என்றான் மனோஜ். என்னுடைய ஸ்வீப்பிங் ஸ்டேட்மெண்ட்டுக்காக என்று சேர்த்துச் சொன்னான். பிறகு சமாதானங்கள். எல்.ஐ.சியின் பன்னிரண்டாவது மாடியில் ஒரு நண்பரைப் பார்த்து பழைய காலாவதியான பாலிசி ஒன்றைக் குறித்து விசாரிப்பதற்காகப் போயிருந்தோம். மனோஜின் சித்தப்பா ஒருவர் பல லட்சம் ரூபாய்களுக்கு காப்பீடு செய்துவைத்துவிட்டு செத்துப் போயிருந்தார். உரிய வாரிசுகள் யாருமில்லாத காரணத்தால் அவன் க்ளெயிம் செய்யலாம் என்று அவனது வழக்கறிஞர் ஆலோசனை சொல்லியிருந்தார்.

நண்பருக்காகக் காத்திருந்தபோதுதான் காந்தியைக் குறித்து அவன் பேசியதும் நான் கன்னத்தில் அறைந்ததும் நடந்தது. சம்பவம் நடந்த பத்து நிமிடங்களில் சூழலின் சூட்டைத் தணிப்பதன் பொருட்டு மனோஜ் என்னிடம் 'ஐ லவ் யூ' என்று சொன்னான். எத்தனையோ முறை சொல்லியிருக்கிறான். இம்முறையும் அதே போலத்தான் சொன்னான். நாம் திருமணம் செய்துகொள்ளலாமா என்று கேட்டான். அதற்கென்ன, அவசியம், அவசியம்.

"முதலில் நாம் வசிப்பதற்கு ஒரு அபார்ட்மெண்ட் பார்த்துவிடுகிறேன். அதன்பின் பதிவுத் திருமணம் செய்துகொள்ளலாம்" என்று சொன்னான்.

"அதற்குமுன் கொஞ்சம் பேசவேண்டும் மனோஜ்."

"எது விஷயமாக?"

"நமது உத்தியோகம், ஆராய்ச்சிகள், அறிக்கைகள், சர்வதேச மாநாடுகள், பயணங்கள் அனைத்தையும் ஒதுக்கிவைத்துவிட்டுக் கொஞ்சம் பர்சனலாக."

"திருமணம் குறித்துத் தானே?"

"இல்லை. ஒருவேளை பின்னால் விவாகரத்துச் சூழல் ஏற்படுமானால் ரசாபாசமாகிவிடாமல் நட்புடன் பிரிவது எப்படி என்பது குறித்து" என்று பதில் சொன்னேன்.

அத்தியாயம் மூன்று

பல்லை உடைத்துக் கையில் கொடுத்துவிடும் போலிருந்தது குளிர். பாதங்களின் மையத்தில் தொடங்கி உச்சந்தலை வரை ஊசி போலக் குத்த ஆரம்பித்தபோது மணி சரியாக இரண்டே முக்கால். நள்ளிரவென்றும் சொல்லலாம். அதிகாலை என்றும் சொல்லலாம். பிரும்ம முகூர்த்தம் நெருங்கிக்கொண்டிருந்த பொழுதில் சாத்தான்கள் டியூட்டி மாற்றிக்கொண்டார்கள்.

எங்களுக்குக் காவலுக்கு இருந்த தீவிரவாதிகளுக்குத் தூக்கம் வந்திருக்கவேண்டும். தோளில் இருந்த துப்பாக்கிகளை சக தோழர்கள் வசம் ஒப்படைத்துவிட்டு அவர்கள் கூடாரங்களுக்குப் போனார்கள். போராளிகள் தூங்கினால் தப்பில்லை. புரட்சிதான் தூங்கிவிடாமல் இருக்கவேண்டும். பாதியில் முறிந்த பயணத்தை நினைத்துக் கவலைப்பட்டுக்கொண்டிருந்த என் சக பயணிகள் அத்தனைபேரும் அழுது அரற்றி ஓய்ந்து அப்போதுதான் கண்மூட ஆரம்பித்திருந்தார்கள்.

குளிர். பெரும்பாலானவர்களுக்கு அது ஒரு பொருட்டாகத் தெரியவில்லை என்று நினைத்தேன். இதைக்காட்டிலும் பெரிய குளிர்காலங்களைச் சமாளிப்பவர்களாக இருக்கவேண்டும். தருமமிகு சென்னையில் வசிக்கிற காரணத்தினால் எனக்குத்தான்

இதெல்லாம் மிகவும் அன்னியமாக இருக்கிறது. மைனஸ் டிகிரி செண்டிகிரேடுகளை ஆய்வறிக்கைகளில் மட்டுமே நான் பார்த்திருக்கிறேன். பெங்களூருக்கு எப்போதாவது போகும்போது வீசும் மெல்லிய குளிர்க்காற்றுக்கே உடம்பு ஸ்வெட்டர் கேட்கும்.

ஒருமுறை நானும் மனோஜும் ஊட்டிக்குப் போயிருந்தோம். ஆ, ஊட்டி! கையைத் தூக்கினால் பிடித்துவிடலாம்போல மிதந்துசெல்லும் மேகப் பொதிகளும் மிதமான உயரத்தில் குன்றுகளும் பறித்த மண்ணின் வாசனை போகாத கேரட்டுகளும் கொள்ளுப் பொதியைக் கழுத்தில் சுமந்தபடி குறுகிய சாலைகளில் நடந்துபோகும் பிரிதிவிராஜன் புரவிகளும்.

அப்பா! நல்ல குளிர் என்று மனோஜ் சொன்னான். வாயைத்திறந்து ஊதினால் மூக்கருகே மேகப்பொட்டலம் நகர்ந்து போனது. நாங்கள் ரன்னிமேட்டில் இறங்கியிருந்தோம். அழகான ரயில்வே ஸ்டேஷன். அருகே சலசலத்துப் போகிற சிற்றோடை. ஒரு நிமிஷம் என்று சொல்லிவிட்டு விறுவிறுவென்று ஓடையில் இறங்கிப் பாவாடையைக் கோலமாக விரித்து எடுத்து மூடிக் கொண்டுவந்து விரிக்கையில் துள்ளிவிழும் மீன்கள். அப்படியே எடுத்து கொதிக்கும் எண்ணெயில் பொறித்துத் தந்தார்கள். ருசியாக இருந்தது. குளிருக்கு அந்தச் சூடும் வேண்டித்தான் இருந்தது.

ஊட்டியில்தான் எங்களுக்கு அறை ஏற்பாடாகியிருந்தது. இருபது நிமிட அவகாசத்தில் போய்ச் சேர்ந்துவிடமுடியும். சுற்றலாமே என்றான் மனோஜ். ஆஹா, அதற்கென்ன.

நாங்கள் வந்த காரியத்தை திட்டமிட்ட பொழுதுக்கு ஒருநாள் முன்னதாகவே முடித்திருந்தோம். மைனாரிடிகள் குறித்த எங்கள் சமூக அக்கறையின் ஒரு பகுதியாக நீலகிரி மலைப்பகுதியில் வசிக்கும் அதிரா என்கிற ஆதிவாசி இனத்தவரைக் குறித்த ஆய்வு ஒன்றை மேற்கொண்டிருந்தோம். மைனாரிடிகளுள் மைனாரிடிகள். ஒரு கிராமம். ஒரே கிராமம். முப்பது குடும்பங்கள். கார்ல் மார்க்ஸ் உயிரோடு இருந்திருந்தால் நிரம்பவும் சந்தோஷப்பட்டிருப்பார். தங்களது வாழ்க்கைமுறையின் பெயர் இன்னதென்று தெரியாமலேயே அவர்கள் ஒரு கம்யூன் வாழ்க்கை

நடத்திக்கொண்டிருந்தார்கள். முப்பது குடும்பத்துக்குள்ளேயே பெண் கொடுத்து, பெண் எடுத்து சந்ததி வளர்க்கும் சாமர்த்தியம் அவர்களிடையே இருந்தது.

ஒருவேளை எப்போதாவது பெண் பற்றாக்குறை வந்துவிட்டால்? மனோஜ் கேட்டான். ம்ஹூம். வாய்ப்பில்லை. எங்கள் குடும்பங்களில் ஒவ்வொரு பெண்ணுக்கும் பத்துக் குழந்தைகள் பிறக்கும். அதில் எட்டுப்பேர் பெண்களாகத்தான் இருப்பார்கள். ஆயிரத்தித் தொள்ளாயிரத்தி அறுபத்தி நான்கில் ஒரு சமயம் ஆண்களின் போதாமைதான் வந்திருக்கிறது என்றார் குலமூப்பன்.

''அப்போது என்ன செய்தீர்கள்?''

''அடுத்தத் தலைமுறைக்காவது இந்தப் பிரச்னை இருக்கக்கூடாது என்று வேண்டிக்கொண்டு ஆயிரத்தியெட்டு காட்டெருமைகளை பலி கொடுத்தோம்''

அதிர்ந்துபோனேன். ஆயிரத்தியெட்டு காட்டெருமைகள்! அத்தனை பிணங்களை என்ன செய்திருப்பார்கள்!

''யுத்த சமயத்தில் ஆப்கனிஸ்தானில் காணக்கிடைத்ததாக பிபிசி ஒளிபரப்பிய ஒரு காட்சி நினைவுக்கு வருகிறது'' என்றான் மனோஜ்.

ஓயெஸ். எனக்கும் நினைவிருந்தது. ரசாயன ஆயுதங்களை உபயோகிக்க ஆப்கனிஸ்தானை அப்போது ஆண்டுகொண்டிருந்த தாலிபன்கள் முடிவு செய்திருந்தார்கள். அவற்றைப் பரிசோதனை செய்துபார்க்க சுமார் எண்ணூறு காட்டெருமைகளைத்தான் தேர்ந்தெடுத்தார்கள்.

''அந்த ஜீவனின் பிரும்மாண்டமான ஆகிருதியும் ஆண்மையும் கம்பீரமும்தான் மனிதர்களைக் கோழைகள்போல் அவற்றைத் திருட்டுத்தனமாகக் கொலைசெய்யச் செய்கின்றன என்று நினைக்கிறேன். தைரியமிருந்தால் எதிர்த்து நின்று போராடச் சொல் பார்க்கலாம்'' என்றான் மனோஜ். சிரித்தேன்.

மனிதகுலத்தின் ஆதாரகுணங்களில் ஒன்றையல்லவா விமரிசிக்கிறான்!

“முடியாது மனோஜ். தனது கோழைத்தனத்தைத்தான் வீரம் என்று தவறாக நினைத்துக்கொண்டு மனிதகுலம் யுத்தங்களில் இறங்குகிறது” என்று பதில் சொன்னேன்.

அந்த ஆதிவாசி கிராமத்து மக்கள் அன்றையப் பொழுது முழுவதும் எங்களை உபசரித்துக்கொண்டே இருந்தார்கள். அடை அடையாகத் தேன். நீண்ட மூங்கில் குழல்களில் அடைக்கப்பட்டு வேகவைக்கப்பட்ட கிழங்குமாவு. மான்கறி. மண்பாண்டங்களில் உறைவைக்கப்பட்டு, குளிர்ந்த நீர்த்தொட்டிகளின் அடியில் பத்திரப்படுத்தப்பட்டிருந்த கட்டித்தயிர், கம்பஞ்சோறு. ஆ, என் வாழ்நாளில் அப்படியொரு விருந்தை நான் சாப்பிட்டதில்லை.

“குடிக்கிறீர்களா?” என்று அன்புடன் அருகே வந்து விசாரித்தது ஒரு பெண்.

அத்தனை பெரிய விருந்துக்குப் பிறகு ஒரு சொட்டு நீருக்குக் கூட வயிற்றில் இடமில்லை போலிருந்தது. ஆகவே தயங்கினேன்.

“இது உங்கள் சீமைச் சாராயம் இல்லை. நாங்களே தயாரிக்கும் மூலிகைச்சாராயம். சாப்பாட்டுக்குப் பிறகும் இதைச்சாப்பிடலாம்” என்றார் ஒரு கிழவர்.

சரி, குடித்துத்தான் பார்ப்போமே என்று நினைத்து பைத்தியம்போல ஒரு ஸ்மால் என்று முணுமுணுத்தேன். மனோஜ் ஒரு முடிவுடன் தான் இருந்தான் போலிருக்கிறது. பேண்ட்டைக் கழற்றிவிட்டு பெர்முடா அணிந்துகொண்டான். புல் தரையில் சம்மணமிட்டு அமர்ந்துகொண்டான்.

“இங்கே ஊறுகாயெல்லாம் கிடைக்கும் என்று தோன்றவில்லை மனோஜ்” என்று அவனைப் பார்த்துக் கண்ணடித்தேன்.

“அவசியமேயில்லை. எங்கிருந்தாவது ஒரு கொத்துப் பச்சைமிளகாய்ச் செடியைப் பிடுங்கிக்கொண்டுவந்துவிடுவார்கள் பார்” என்றான்.

நாங்கள் எதிர்பார்க்கவில்லை. ஒரு நட்சத்திர ஓட்டலில் பரிமாறப்படும் துணை உணவுகளைக் காட்டிலும் அவர்கள்

எங்களுக்கு அளித்த கார முறுக்குகளும் கிழங்கு வகைகளும் அத்தனை பிரமாதமாக இருந்தன. தவிரவும் ஒரு பெரிய விருந்துக்குப் பிறகு குடிக்கிறோம் என்கிற உணர்வே எழாதபடிக்கு அந்தச் சாராயம் அத்தனை சொகுசாக உள்ளே போய்க்கொண்டிருந்தது. போதை குறைவு. ஆனால் சந்தோஷமாக இருந்தது. எழுந்து ஆடலாம் போலிருந்தது.

"ஆடுவதென்றால் ஒரு நிமிஷம் இரு. என் வீடியோ கேமராவுக்கு பேட்டரி மாற்றவேண்டும்" என்றான் மனோஜ்.

அந்த தினத்தை என்னால் மறக்கவே முடியாது. விருப்பமே இல்லாமல் அவர்களிடம் விடைபெற்று ஊட்டிக்குத் திரும்பி லாட்ஜ் அறையில் வந்து விழுந்தோம்.

குளிக்கலாம்போலிருந்தது. அசதி. குளிர். ஆடிய களைப்பு. உண்ட களைப்பு மட்டும் சற்றே குறைந்திருந்தது. லேசாகப் பசித்தது. குளித்துவிட்டுச் சாப்பிடலாம் என்று பாத்ரூமுக்குப் போனேன். ஷவரில் வென்னீரைத் திறந்துவிட்டு அரைமணிநேரம் அடியில் நின்றேன். விரைத்திருந்த நரம்புகளெல்லாம் சகஜ நிலைக்கு மீண்டன. கண்கள் எரிந்தன. நட்சத்திர ஓட்டல் சோப்புகள் பொதுவாக எனக்கு ஒத்துக்கொள்வதில்லை. எங்கே போனாலும் என் பயத்தமாவைக் கையோடு எடுத்துச் சென்றுவிடுவது வழக்கம். பன்னீரில் குழைத்த என் பிரத்தியேகப் பயத்தமாவு சோப். ஆராய்ச்சியாளர்களுக்கும் சொகுசு அவசியம்தான் போலிருக்கிறது. இந்தப் பொழுதை இனிமையானதாக்கிய இறைவனுக்கு நன்றி. அப்படியொருவன் இருப்பானேயானால்.

குளித்து முழுகித் தலைதுவட்டி நைட்டி அணிந்து வந்து கட்டிலில் பொத்தென்று விழுந்தேன். முன்னதாக மனோஜ் ஹீட்டர் போட்டு வைத்திருந்தான். குளிர் பிரதேசத்தில் வென்னீரில் குளித்துவிட்டு ஹீட்டரையும் மின் விசிறியையும் ஒருங்கே இயக்கிவைத்துப் படுத்துப் பார்த்திருக்கிறீர்களா? எத்தனை கோடி இன்பம் வைத்தான் தாமஸ் ஆல்வா எடிசன்.

எனக்குப் படுத்ததுதான் தெரியும். அப்படியே கண்ணயர்ந்திருக் கிறேன். தற்செயலாக லேசாக விழித்துப் புரண்டு படுத்தபோது

அறையின் ஒரு பக்கச் சுவர் முழுவதும் வியாபித்திருந்த கண்ணாடியில் நான் தெரிந்தேன். சயனகோலம். கொஞ்சம் தலையை உயர்த்தி, தாங்கலாக ஒரு கையைக் கொடுத்துவிட்டால் போதும். அச்சு அசல் திருவட்டார் ஆதிகேசவனுக்குப் பெண் எடிஷன் தான். சந்தேகமேயில்லை.

இதுவும் சுகமே. தன்னைத்தான் ரசிப்பது. ஆற அமர. அணு அணுவாக. பலபேர் பாத்ரூமில் கண்ணாடி பதித்து ரசித்துக்கொள்வார்கள் என்று கேள்விப்பட்டிருக்கிறேன். எனக்குச் சகிக்கவில்லை. பாத்ரூம் என்பது குளிப்பதற்கு மட்டும். மனோஜைக் கேட்டால் தினசரி பேப்பர் படிப்பதற்காகவும் என்று சொல்லக்கூடும். எனக்குப் பிடிக்காது. இப்படிப் படுத்தவாக்கில் தன் ரூபத்தைத் தானே ரசிப்பதில் ஒரு லயமிருப்பதாகப் பட்டது. சிறகடிக்கும் கூந்தல். சற்றே கலைந்துகிடக்கிற ஆடை. கெண்டைக்கால் தெரிகிறதா பாருங்கள். பாதி தெரிந்தால் பரம விசேஷம். தசை நார்கள் இளகிக் கிடக்கிறது போலொரு பிரமை. அ, நான் அழகிதான். சந்தேகமேயில்லை. கொஞ்சம் புன்னகை செய்து பார்க்கலாம் போலிருந்தது. செய்தேன்.

"க்யூட்" என்று குரல் கேட்டது. திரும்பினேன். புன்னகை செய்தேன். மனோஜ் அந்தக் கண்ணாடிச் சுவரின் ஒரு ஓரமாக நின்று கண்ணாடியில் தெரியும் என் பிம்பத்தையே பார்த்துக்கொண்டிருந்தான்.

"ராஸ்கல், எத்தனை நேரமாக நிற்கிறாய்?" என்றேன் பொய்க்கோபத்துடன்.

"குளித்துவிட்டு வந்தது முதலாக."

"எப்போது வந்தாய்?"

"நீ உறங்கத் தொடங்கியவுடன்"

"நான் உறங்கி எத்தனை நேரமாகிறது?"

"சரியாக நாற்பது நிமிடங்கள்"

நீ உதைபடப் போகிறாய் என்றேன் மீண்டும் பொய்க்கோபத்துடன்.

“நீ அழகாக இருக்கிறாய் அவந்திகா” என்று மனோஜ் சொன்னான். தேங்ஸ் என்றேன்.

“உடனே உன்னை ஆளவேண்டும் என்று வில்லன்போலத் தோன்றவில்லை என்றாலும் நாம் ஏன் சேர்ந்து வாழக்கூடாது என்று எப்போதும்போல இப்போதும் தோன்றவே செய்கிறது” என்றான்.

நான் அவனைப் பார்ப்பதைத் தவிர்த்துவிட்டு என் விரல்நகங்களை ஆராய்ச்சி செய்ய ஆரம்பித்தேன்.

“நமது ஆராய்ச்சிகள், அறிவுஜீவித்தனம் அத்தனையும் அடிபணியும் இடம் இதுதான் என்று எப்போதாவது உனக்குத் தோன்றியிருக்கிறதா மனோஜ்? நான் இல்லாவிட்டாலும் யாராவது ஒரு பெண் உனக்கு வேண்டித்தான் இருக்கும் அல்லவா? எனக்கு நீ இல்லாவிட்டாலும் யாராவது ஒரு ஆண் வேண்டும் என்பதைப் போல?”

மனோஜ் சிரித்தான். இது இயற்கை என்று பதில் சொன்னான். யோசித்தேன். ஆமாம் என்று பதில் சொல்லத்தான் தோன்றியது. ஆனாலும் கொஞ்சம் தள்ளிப்போட விரும்பினேன்.

எனக்குச் சில குழப்பங்கள் இருந்தன. பேசித் தெளிவாகிவிட்டால் பிரச்னை இருக்காது.

அத்தியாயம் நான்கு

மனோஜ் எப்படி ஒரு பேராசிரியர் ஆனான் என்பது இன்றளவும் எங்கள் பல்கலைக்கழகம் சார்ந்த அத்தனை பேருக்குமே வியப்பான விஷயம். அவனது குறுந்தாடி கூட ஒரு பிரபல கராத்தே வல்லுநரைத்தான் நினைவுபடுத்தக்கூடியதாக இருக்குமே தவிர அவனையொரு அறிவுஜீவியாக அடையாளம் காட்டுகிற விஷயத்தில் தோல்வியே காணும். ஒழுங்காகத் தலை வாரமாட்டான். சட்டை பேண்டுகளை இஸ்திரி செய்து போடவேண்டும் என்கிற எண்ணம் கிடையாது. நகம் வெட்டுதல் என்னும் செயலை ஆறு மாதங்களுக்கு ஒரு முறை மட்டுமே மேற்கொள்வது அவன் வழக்கம். வாயைத் திறக்கும்போதெல்லாம் ஏதேனுமொரு கெட்டவார்த்தை எதன்பொருட்டாவது அவசியம் வந்துவிடும்.

ஒருமுறை துணைவேந்தர் அவனைத் திருத்தி, தடுத்தாட்கொள்ளலாம் என்று முடிவு செய்து தன் அறைக்கு அழைத்து, காப்பி சாப்பிடுகிறீர்களா என்று அன்புடன் ஆரம்பித்தார்.

''மன்னிக்கவேண்டும் ஐயா. நான் இப்போது கிளம்பினால்தான் இன்னும் அரைமணி நேரத்தில் தோப்புக்குப் போகமுடியும். இதுநான் இளஞ்சூட்டில் கள் குடிக்கும் நேரம். காப்பி என் உடம்புக்கு ஒத்துக்கொள்ளாது'' என்றான் மனோஜ்.

“நீங்கள் கள் குடிப்பதற்கு மாணவர்களையும் அழைத்துப் போவதாகக் கேள்விப்படுகிறேன். உண்மையா?” என்று அப்போதும் நிதானமிழக்காமல்தான் துணைவேந்தர் கேட்டார்.

“தினசரி அழைத்துச் செல்வது எனக்குக் கட்டுப்படி ஆகாது. ஆசைப்பட்டுக் கேட்கிற பையன்களை மட்டும் எப்போதாவது அழைத்துப்போவேன்” என்றான் மனோஜ்.

“இது தவறென்று உங்களுக்குத் தோன்றவில்லையா?”

அப்போதுதான் நான்சென்ஸ் என்று சொன்னான் மனோஜ். தொடர்ந்து அவன் உபயோகித்த சில சொற்களை அமைப்பியல் ரீதியில் பகுப்பாய்வு செய்தால் துணைவேந்தரின் வம்சம் முழுவதும் வழக்குத் தொடரும் சாத்தியங்கள் அநேகம்.

மரியாதைக்குரிய துணைவேந்தர் அவர்களே, குடிப்பவர்கள் வேறு; குடிகாரர்கள் வேறு. தனிமனித ஒழுக்கம் வேறு; சமூக ஒழுக்கம் வேறு. குடிப்பது தனிமனித ஒழுக்கக்கேடு என்பதைக் கூட நானோ என் மாணவர்களோ ஏற்பதற்கில்லை. உங்கள் பராசக்தி மகிஷனைக் கொல்வதற்கு முன்னால், இரு வருகிறேன் என்று சொல்லிவிட்டுப் போய் என்ன செய்துவிட்டு வந்தாள் என்று புராணப் புத்தகங்களில் தேடிப்பாருங்கள். இஷ்டமிருந்தால் நீங்களும் வரலாம். இளஞ்சூட்டில் ஒரு பானைக் கள் உங்களுக்கும் அவசியம் கிடைக்கும். ஆனால் அங்கே கிடைக்கும் ஊறுகாயின் தரம் சற்று சுமார்தான். கையோடு சில பாக்கெட்டுகள் ஊறுகாய் வாங்கிச் சென்றுவிடுவது உத்தமம். எப்படி சௌகரியம் என்று மனோஜ் கேட்டான்.

துணை வேந்தருக்கு அழுகை வந்துவிட்டது. வேளை தவறாமல் சந்தியாவந்தனம் செய்யும் உத்தமோத்தமருக்குப் போயா இப்படிப்பட்ட ஊழியர்கள் வந்து வாய்க்கவேண்டும்? அபசாரம், அபசாரம்.

“உனக்குக் கொஞ்சம் கொழுப்பு அதிகம் மனோஜ்” என்று நான் சொன்னேன்.

சந்தேகமில்லை. சிறு வயதில் நான் நிறைய மான்கறி சாப்பிட்டிருக்கிறேன். தன் சுவைக்கும் மணத்துக்கும் தேவையான நெய்யை, வாட்டும்போது தானே உற்பத்தி செய்துகொள்ளக்கூடிய பதார்த்தம் அது என்றான் அவன்.

எனக்கு நன்றாக நினைவிருக்கிறது. பல்கலைக் கழகத்தில் அவனுக்குப் பொறுக்கி பேராசிரியர் என்கிற பெயர் ஏற்பட்டது அதன்பிறகுதான். துணைவேந்தரின் திட்டமிட்ட சதிச்செயலும் இதன்பொருட்டு அவர் மேற்கொண்ட மறைமுகப் பிரசார உத்திகளுமே இதற்கான காரணங்கள். 'ஸோ வாட்? நான் பொறுக்கிதான். அதிலென்ன சந்தேகம்?' என்று அலட்சியமாகக் கேட்டுவிட்டு அவன் போய்விட்டான். எனக்குத்தான் தாங்கவில்லை.

இது தவறு. சந்தேகமில்லாமல் தவறு. மனோஜ் ஒரு ஜீனியஸ். இது எனக்குத் தெரியும். துணை வேந்தர் உள்பட, பல்கலைக் கழகத்தில் அத்தனை பேராசிரியர்களுக்கும் மாணவர்களுக்கும் கூடத் தெரியும். அவனது புத்திக்கூர்மைக்கும் ஆய்வுத் தேர்ச்சிக்கும் பரந்த உலக அறிவுக்கும் விரிவுரை நிகழ்த்தும் திறமைக்கும் நிகரே கிடையாது. அவன் புறப்பட்டு வந்த சூழலின் பின்னணி தெரிந்தால் யாராலும் வியக்காமல் இருக்கமுடியாது. மரபான மௌடீகங்களையும் யுகங்கள் கடந்து வரும் அடக்குமுறைகளையும் காலம் காலமாக மிரட்டியும் அடக்கியும் வைத்தவர்களுக்குக் கூழைக் கும்பிடு போட்டே பழகிய புத்தியையும் மிதித்துப் புறந்தள்ளிவிட்டுச் சீறிவந்தவன் அவன். ஒரு சக்தி. ஒரு விசை. ஒரு பேய்க்காற்றின் ஸ்தூல வடிவம்.

வகுப்பில்லாத ஒரு பிற்பகல் பொழுதில் எப்போதோ ஒரு சமயம் எனக்கும் விக்டருக்கும் அவன் தன் குடும்பத்தின் பின்னணி குறித்துச் சொல்லியிருக்கிறான். அவனது அம்மா வழித் தாத்தா ஒருபோதும் வேட்டி சட்டை அணிந்தவரல்லர். வீட்டில் இருக்கும் நேரத்தில் வெறும் லங்கோடு. வெளியே எங்கேனும் போக நேர்ந்தால் முழங்கால் வரை மட்டும் வரக்கூடிய சிறு துண்டு. அவனது குடும்பத்தில் பெண்கள் ரவிக்கை அணியத் தொடங்கியதே எண்பதுகளுக்குப் பிறகுதான் என்று சொன்னான்.

அவன் குறிப்பிட்ட பிச்சினி என்கிற கிராமத்தைத் தமிழகத்தின் வரைபடங்கள் எதிலும் கண்டுபிடிக்கமுடியாது. எழுபதுகளில் வெளிவந்த ஒரே ஒரு கர்நாடக மாநில வரைபடத்தில் அப்படியொரு கிராமம் இருக்கிற விஷயம் பதிவாகியிருப்பதாக மனோஜ் சொன்னான். எல்லைகளில் இருப்போரின் அடையாளச் சிக்கல்கள் பெருநகரவாசிகளுக்குப் பெரும்பாலும் புரியாது. அவர்களின் கலப்பட மொழியைப் போலவே.

சைவமென்றால் கிழங்கும் தேனும். அசைவமென்றால் அகப்படும் முயல்களும் மான்களும்.

“நீ வேட்டை ஆடுவாயா மனோஜ்?” என்றேன் ஆர்வமுடன்.

“தெரியும். ஆனால் எக்ஸ்பர்ட் இல்லை. என் தந்தை பெரிய வேட்டைக்காரர்”

“அப்படியா, புலி, காட்டெருமை, காண்டாமிருகம்..?”

இல்லை, என் அம்மா என்று மனோஜ் சொன்னான்.

கண்ணீர் அபாயகரமானது. எதிராளியை நிலைகுலையச் செய்துவிடக்கூடியது. எப்போதும் அழுபவர்கள் ஒரு பிரச்னை இல்லை. ஆனால் மனோஜை அழக்கூடியவனாக எங்களால் நினைத்துப்பார்க்க முடிந்ததில்லை. திகுதிகுவென்று எரிந்துகொண்டிருக்கும் ஓர் அழிவற்ற விறகைப் போலத்தான் அவனது பிம்பம் எங்கள் மனத்தில் பதிந்திருந்தது. அவனுக்கும் அழுகை வரக்கூடும் என்று எண்ணியிராததால் அந்தக் கணம் என்னால் உணர்ச்சியைக் கட்டுப்படுத்தவே முடியாமல் போனது. சட்டென்று எழுந்துபோய் அவனை அணைத்துக்கொண்டேன். ரிலாக்ஸ்.

தேங்ஸ் அவந்திகா என்று மனோஜ் சொன்னான். என்னைப் புரிந்துகொண்டதற்கு. ஓர் அறிவுஜீவி பிம்பத்தை வெளிப்படுத்திக் கொண்டிருப்பவன் சட்டென்று அழுதுவிடும்போது கிண்டல் செய்யாமல் உள்ளார்ந்த பரிவுடன் உணர முற்பட்டதற்கு.

“உன் தந்தை ஒரு ரேஞ்சர் அல்லவா?” என்று விக்டர் கேட்டான்.

ஆம். வனத்துறை அதிகாரி. பிராந்தியத்தின் சூப்பர் ஸ்டார். திறந்த ஜீப்பில் துப்பாக்கியுடன் வலம்வந்து மரியாதை பெறும் மனிதர். கைவைத்துக் குலைத்துப் போட்டுவிட்டு, தட்டிக்கொண்டு எழுந்துபோய்விடும் அதிகாரிகள் மத்தியில் சற்றே வித்தியாசமானவராக அவர் இருந்திருக்கிறார். மாதம் தோறும் உதவித்தொகை. மற்றும் சில புடைவைகள் அவ்வப்போது. வைப்பு நிதியாக ஒரு வாரிசைக் கொடுத்துவிட்டு வந்துபோகும் தாற்காலிகக் கணவனாகச் சில ஆண்டுகள் இருந்தவர்.

''என் தாத்தா இல்லாது போயிருந்தால் நானும் வெறும் லங்கோடுடன் சுற்றிக்கொண்டிருக்கவேண்டியவந்தான்'' என்று மனோஜ் சொன்னான். தினசரி பத்து கிலோ மீட்டர்கள் நடத்தியே அழைத்துச் சென்று பள்ளிக்கூடத்தின் வாசனையை நுகரச் செய்த அந்தக்கிழவரைப்பார்க்கவேண்டும்போலிருந்தது எனக்கு. ஆனால் காட்டெருமை ஒன்று குத்திக் கிழித்துக் கடாசிவிட்டதென்று மனோஜ் சொன்னான்.

நான்கு நாள்கள் கிழவரைக் காணாமல் எங்கெங்கோ தேடிக் கொண்டிருந்திருக்கிறார்கள். தற்செயலாக வனத்துறை ரேஞ்சர் கண்ணில் பட்டு, பொட்டலம் கட்டி குடிசைக்கு எடுத்துவந்து போட்டிருக்கிறார்.

''பிணத்தைப் புதைத்துவிட்டு வந்து இரண்டுமணி நேரம் கூட ஆகியிருக்காது. சமைக்கக் கூட இல்லை. பசி என்னைக் கொன்றுகொண்டிருந்தது. சாப்பிட ஏதாவது இருக்கிறதா என்று அம்மாவிடம் கேட்பதற்காக வீட்டுக்குள் நுழைந்தேன். ரேஞ்சருக்கு அந்தளவு கூடப் பொறுமை இல்லை. கொலைப்பசியுடன் என் அம்மாவைத் தின்றுகொண்டிருந்தார்..'' என்றான் மனோஜ்.

''நான் பார்த்தேன்! என் கண்களால் பார்த்துவிட்டேன்! இதற்குமேல் என்ன இருக்கிறது? அவள் அவரது மனைவி என்பது என் புத்தியில் எப்போதும் இருந்ததில்லை. ஆனால் அவள் என் அம்மா அல்லவா? எனக்கு மட்டுமே உரியவள் அல்லவா?''

என்னால் பன்னிரண்டு வயது மனோஜ் அப்போது எப்படி துடித்திருப்பான் என்பதை யூகித்து உணர முடிந்தது. என்ன

சொல்வது என்று புரியவில்லை. எதுவும் பேசாதிருப்பதுதான் நான் செய்யக்கூடியது என்று நினைத்துக்கொண்டேன். விக்டர் மிகவும் நிதானம் இழந்திருந்தான். சரி, வா குடிக்கலாம் என்று அவனை ஆறுதலாகத் தட்டி எழுப்பி அழைத்துக்கொண்டு போனான்.

மனோஜ் சொன்ன ஒரு விஷயம் மட்டும் என் நினைவை விட்டு நகரவேயில்லை. ஏதோ ஒரு சந்தர்ப்பம். என்றோ ஒருநாள். லங்கோடு மட்டும் அணிந்த அவனது தாத்தா அவனிடம் சொல்லியிருக்கிறார்.

நமக்கு வேறு வழியில்லை. அடிபணிந்தே வாழச் சபிக்கப்பட்ட இனம். கேள்வி கேட்பதற்கு நமக்கு உரிமை கிடையாது. சரியாகக் கேட்கவும் தெரியாது. காரணம் நம்மிடம் கல்வி கிடையாது. உனக்கு யாரையாவது நிற்கவைத்துக் கேள்வி கேட்கவேண்டும் என்று தோன்றினால் முதலில் நீ படி. உன் உடல் வலுவைக் கொண்டு யாரை வீழ்த்தினாலும் திரும்ப எழுந்துவிடுவார்கள். புத்தியால் அடிக்கக் கற்றுக்கொண்டால் மட்டுமே நிரந்தரமாக நீ ஜெயிக்கமுடியும்.

அதனால்தான் அவன் படிக்கப் போயிருக்கிறான். பத்து கிலோமீட்டர் தொலைவில் இருக்கிற பள்ளிக்கூடம். இலவசப் பள்ளிக்கூடம். மலைவாசிகளுக்கானது. ஒருவேளை உணவுக்கு உத்தரவாதம் தந்த பள்ளிக்கூடம்.

மலையாண்டி என்கிற தன் பெயரை மனோஜ் என்று அவன் மாற்றிக்கொண்டதும்கூட அதன்பிறகுதான் நிகழ்ந்தது.

அத்தியாயம் ஐந்து

முதலில் நான் பார்க்கவில்லை. அந்த உக்ரேனிய குண்டு பெண்மணிதான் கவனித்துச் சொன்னாள். அங்கே பார்.

பார்த்தவுடன் எனக்கு அந்தக் காட்சி சட்டென்று அதன் முழு அர்த்தத்துடன் விளங்கவில்லை. சில வினாடிகள் தேவைப்பட்டன. புரிந்தபோது மிகுந்த அதிர்ச்சியும் பயமும் உண்டானது. சக பயணிதான். முந்தைய நிமிடம் வரை மிகவும் சமர்த்தாக அமர்ந்து கவலைப்பட்டுக்கொண்டிருந்தவரும் கூட. நாற்பது வயதுக்குக் கூடுதலான பொறுமையும் அமைதியும் கைவரப்பெற்றவர் என்றே முதல் பார்வையில் தோன்றும். ஆனால் அவர் மனத்துக்குள்ளேயும் ஒரு ரகசிய இடத்தில் சாத்தான் குடியிருந்திருக்கிறது.

நான் வேகமாக அவர் அருகே சென்றேன். ''ஐயா, என்ன செய்கிறீர்கள்? இது ஆபத்து. நிச்சயம் ஆபத்து'' என்று ரகசியமாக அவர் காதுக்கு மட்டும் விழும்வண்ணம் சொன்னேன்.

''என்னால் பொறுக்கமுடியவில்லை. நாம் இங்கே கடத்திவரப் பட்டு ஒரு முழுநாள் ஆகிவிட்டது. வெளியே என்ன நடக்கிறது என்று தெரியவில்லை. இந்த விஷயம் வெளி உலகுக்குத் தெரிந்ததா என்றும் தெரியவில்லை. நம்மை மீட்க என்ன நடவடிக்கை மேற்கொள்ளப்பட்டிருக்கிறது என்று தெரியவில்லை. என் பொறுமை இவ்வளவுதான்'' என்றார் மூச்சிறைக்க.

அதற்காகப் போராளி ஒருவனின் இயந்திரத் துப்பாக்கியை எடுத்துவைத்துக்கொண்டால் ஆயிற்றா? இது விபரீதம். நிச்சயம் விபரீதம். சந்தேகமேயில்லை. மேற்படி கனவானுக்கு இயந்திரத் துப்பாக்கியைக் குறிபார்த்து இயக்கத் தெரியுமா என்று தெரியாது. அப்படியே தெரிந்திருந்தாலும் அதனால் பெரிய உபயோகம் ஏதும் கண்டிப்பாக இருக்கப் போவதில்லை. ஒரு சிலரை காயப்படுத்தலாம். தப்பித்தவறி ஓரிருவர் இறக்கவும் செய்யலாம். ஆனால் பதிலுக்கு அவர்கள் தாக்கத் தொடங்கிவிட்டால் அத்தனைப் பிணைக்கைதிகளும் அல்லவா அவதிக்கு உள்ளாக நேரிடும்?

நான் அவருக்குப் புரியவைக்க முடிவு செய்தேன்.

ஐயா கனவானே, உங்களிடம் அமைதியும் சாந்தமும் நிலவுவதாகுக. நாமெல்லாம் அப்பாவிகள். அவர்களெல்லாம் படுபாவிகள். கொலைபாதகத்துக்கு அஞ்சமாட்டார்கள். எப்பேர்ப்பட்ட குண்டு தைரியத்துடன் ஒரு விமானத்தைக் கடத்திவந்து இறக்கிவைத்திருக்கிறார்கள் என்று யோசித்துப் பாருங்கள். நமக்கு வேளைக்குச் சாப்பாடு போடுகிறார்கள். விருப்பப்பட்டால் சாராயம் கொடுக்கிறார்கள். மிரட்டாமல் உருட்டாமல் அன்பாகவே நடந்துகொள்கிறார்கள். உங்களுக்கே இன்று காலை மூச்சுப்பிடிப்பு ஏற்பட்டபோது எத்தனை அக்கறையுடன் வந்து அந்த டாக்டர் வைத்தியம் பார்த்துவிட்டு காசு கேட்காமல் போனார்? இயற்கை அன்னை அவசரமாக அழைத்தாளோ என்னமோ. காவலுக்கு இருந்த போராளி, தனது தோள் சுமையை இறக்கிவைத்துவிட்டு ஒரு நிமிடம் வெளியே போயிருக்கிறான். அதை எடுத்துவைத்துக்கொண்டால் ஆயிற்றா? தயவுசெய்து அதை எடுத்த இடத்தில் திருப்பிவைத்துவிடுங்கள்.

அந்த மஞ்சள் முக கனவான் என்னை உற்றுப்பார்த்தார். "எனக்கு அழுகை வருகிறது. ஆனால் அழுவதற்கு வெட்கமாக இருக்கிறது" என்று சொன்னார்.

நான் ஒரு முடிவுடன் அவரை நெருங்கி, இறுக்கி அணைத்து மிதமான சூட்டில் ஏழு வினாடிகள் அவருக்கொரு முத்தம்

கொடுத்தேன். கவலைப்படாதீர்கள். நாம் நல்லபடியாக ஊர் போய்ச் சேர்வோம்.

“நிஜமாகவா சொல்கிறீர்கள்? எனக்கு இவர்கள் முகத்தில் தெரியும் புன்னகை கலவரமூட்டுகிறது. ஒவ்வொருமுறை இவர்கள் சிரிக்கும்போதும் அந்தச் சிரிப்புக்குப் பின்னால் விகாரமான நூற்றுக்கணக்கான ஓநாய்களின் ஓலம் கேட்பதுபோலிருக்கிறது” என்றார் பரிதாபமாக.

நான் புன்னகை செய்தேன். இது நிச்சயம் அவருக்குக் கலவரமூட்டக்கூடிய புன்னகையாக இருக்கமுடியாது. அவரிடமிருந்த இயந்திரத் துப்பாக்கியை வாங்கி வைத்துவிட்டு, கையைப் பிடித்து அழைத்துக்கொண்டு தனியே போனேன்.

எனக்கு அவரிடம் ஒரு விஷயம் கேட்கவேண்டியிருந்தது. புன்னகைக்குப் பின்னால் கேட்கும் ஓநாய்களின் ஓலம் குறித்து. நிஜமாகவே அவரது அந்தரங்கச் செவிகளில் அப்படியொரு சத்தம் கேட்கிறதா என்று விசாரிக்க விரும்பினேன். ஏனென்றால் எனக்கு அப்படிப்பட்ட அமானுஷ்ய சப்தங்கள் ஒருபோதும் கேட்டதில்லை. பார்க்கிற முகத்தை, பதிகிற வண்ணமே நம்பக்கூடியவளும் அல்லதான். ஆனாலும் விபரீதமான கற்பனை ஓட்டங்களுக்கு என்றுமே இடமளித்ததில்லை. எல்லாவற்றிலும் நல்லதைப் பார் என்று கன்ஃபூஷியஸ் சொன்னது நினைவுக்கு வந்தது. இந்த கனவானுக்குப் பக்கத்து ஊர்க்காரர்தான் அவர். தெரியாமலா இருந்திருக்கும்?

“கன்ஃபூஷியஸ் காலத்தில் இம்மாதிரியான தீவிரவாதிகள் இருந்திருக்க மாட்டார்களாயிருக்கும்” என்றார் நண்பர்.

நான் சிரித்தேன். தர்க்கத்தில் இது ஒரு மோசமான உத்தி. உலகெங்கும் அரசியல்வாதிகளால் உபயோகிக்கப்பட்டு ஆணுறை போல் தூக்கியெறியப்பட்ட உத்தி. எனக்குக் காரமாக ஒரு பதில் சொல்லத் தோன்றியது. ஆனால் அடக்கிக்கொண்டேன். விக்டரைத் தான் நினைத்துக்கொண்டேன்.

அவனை இந்தச் சீன யாத்திரீகருடன் பலவகையில் ஒப்பிடமுடியும் என்னால். அடிப்படை மனோபாவ ரீதியிலான ஒற்றுமைகள்

இருவருக்கும் இருப்பதாகத்தான் பட்டது. எல்லாவற்றிலும் கெட்டதைப் பார். நல்லவற்றுக்குள்ளும் கெட்டதைத் தேடு.

ஆனால் விக்டரின் அனுபவங்கள் இந்த கனவானுக்கு இருந்திருக்குமா என்பது சந்தேகமே. யாருக்குமே கூட இருக்க வாய்ப்பில்லை. அவனது ஒரு விசித்திரமான பழக்கம்தான் என்னை முதல் முதலில் அவன்பால் ஈர்த்தது. அந்தப் பழக்கத்தினூடாகத்தான் அவன் வாழ்க்கையின் பழைய பக்கங்களைத் திறந்துபார்க்கும் சந்தர்ப்பமும் ஏற்பட்டது.

எங்கள் பல்கலைக்கழகத்தின் மாதாந்திரப் புத்துணர்வுக் கூட்டம் நடந்துகொண்டிருந்தது. துணைவேந்தரின் வீர உரைக்குப் பின்னால் வேறு சில பண்டிதப் பெருந்தகைகள் சொற்பொழி வாற்றிக்கொண்டிருந்தார்கள். பல ஜூனியர் பேராசிரியர்கள் கர்மசிரத்தையாக ஸ்கிரிப்ளிங் பேட் வைத்துக் குறிப்பெல்லாம் எடுத்துக்கொண்டிருந்ததைப் பார்த்தேன். சிரிப்பாக இருந்தது. சிரித்துச் சிரித்து என்னைச் சிறையிலிட்டாய் என்றான் விக்டர்.

“நீ என்ன செய்துகொண்டிருக்கிறாய்?” என்று அவன் கிறுக்கிக்கொண்டிருந்த தாளை எட்டிப்பார்த்தேன்.

ஒரு கணம் மிகவும் ஆச்சர்யமாகப் போய்விட்டது. பேசிக்கொண்டிருந்த ஒவ்வொருவரின் புன்னகை படிந்த முகத்தையும் சிறு சிறு கேரிகேச்சர்களாக வரைந்து, படிப்படியாக அந்த முகங்களின் புன்னகை உறைந்து விகாரமாகிப் பிசாசாக, கோட்டானாக, குஷ்டரோகியாக, அசுரனாகப் பரிமாணம் எடுப்பதை ஏழெட்டுப் படங்களில் இட்டு நிரப்பிக்கொண்டிருந்தான்.

நான் அதிர்ச்சியும் வியப்புமாக அவனைப் பார்த்தேன். “என்ன இது?”

“முகங்கள் அல்ல” என்று சொன்னான்.

“கரெக்ட். உன் மனத்தின் விகாரங்கள்”

“வேறு என்ன வழி? வயிற்றைக் கலக்கினால் டாய்லெட்டுக்கு

ஓடி தீர்த்துக்கொண்டுவிடமுடியும். சாப்பிட்டது ஒத்துக்கொள்ள வில்லை என்றால் வாயில் விரல்விட்டு வாந்தியெடுத்துவிடலாம். மனத்துக்குள் இருக்கும் கழிவுகளை வேறு எப்படி வெளியேற்றமுடியும்?'' என்று கேட்டான்.

என் கோபத்தைத் தாண்டியும் அவனது ஓவியத் திறமை என்னை ஈர்த்துக்கொண்டிருந்ததை உணர்ந்தேன். ஸ்ட்ரோக்குகள் மிகவும் தேர்ந்த கையின் வெளிப்பாடாகவே இருந்தன. பிசிறுகள் இல்லை. மிகக் குறைந்த வரிகளில் முகங்களை அநாயாசமாக அவனால் கொண்டுவரமுடிந்தது. கொஞ்சம் மெனக்கெட்டுப் பயிற்சி செய்தால் ஓவியன் என்றேகூடச் சொல்லிக்கொண்டுவிடமுடியும்.

“தேங்ஸ் அவந்திகா. ஆனால் எனக்கு முறையான பயிற்சி கிடையாது. ஆர்வமும் இல்லை. இது என் பிரத்தியேக வக்கிர உணர்வின் வெளிப்பாட்டுச் சாதனம். இதுவரை யாரும் பார்த்தது கிடையாது. எப்படியோ உன் கண்ணில் பட்டுவிட்டது. நான் இன்னும் கொஞ்சம் ஜாக்கிரதையாக இருந்திருக்கவேண்டும்'' என்று விக்டர் சொன்னான்.

பிறிதொரு சமயம் என் ஆர்வம் கட்டுக்கடங்காமல் போக, அவனிடம் வெளிப்படையாக விசாரித்தேன். வக்கிரம் குறித்தல்ல. ஏதோ ஓரளவில் அது இல்லாத மனிதர்கள் ஏது? ஆனால் தனது பலவீனத்தை அவமானமாகக் கருதாமல், அதுவும் சேர்ந்ததுதான் தன் ஆளுமை என்று கருதமுடிந்த ஒரு மனிதனைப் புரிந்துகொள்ள விரும்பினேன்.

எலியர்ட்ஸ் கடற்கரையின் ஆரவாரமற்ற அலைகள் சாட்சியாகப் பட்டாணி சாப்பிட்டபடி விக்டர் என்னிடம் பேசினான். காற்றில் தறிகெட்டுப் பறந்த என் கூந்தலை அவ்வப்போது நான் கோதி அடக்கிய லாகவம் தனக்கு மிகவும் பிடித்திருப்பதாகச் சொன்னான். எனக்கு நகங்களைச் சரியாகப் பராமரிக்கத் தெரியாதது குறித்துச் சற்று வருத்தப்பட்டான். சிவப்பு நிற ஸ்டிக்கர் பொட்டுக்கு பதில் அளவில் சற்றே சிறிய கறுப்பு நிறப் பொட்டை நான் வைக்கலாம் என்று கருத்துத் தெரிவித்தான். மதிய உணவுக்குப் பின் அரைமணி நேரம் உறங்குவதன் பலன்கள் குறித்து எடுத்துச் சொன்னான்.

பேச்சோடு பேச்சாக விவாகரத்தான தன் தாய் இன்னொருவனை மணந்துகொண்டது குறித்தும், அந்தப் புதிய மனிதனைத் தான் 'சார்' என்று அழைத்த முதல் தருணத்தையும் நினைவு கூர்ந்தான்.

“அப்போது நான் ஒன்பதாம் வகுப்பு படித்துக்கொண்டிருந்தேன் அவந்திகா. எல்லாமே அரைகுறையாகத் தெரியத் தொடங்கியிருந்த பருவம். என் அம்மாவின் திருமணத்துக்குக் காமம் ஒன்றைத்தவிர வேறொரு காரணம் இருக்கமுடியாது என்றுதான் அப்போது தோன்றியது” என்றான் தீவிரமாக.

“இப்போது வேறென்ன காரணங்கள் தோன்றுகின்றன?”

“இன்செக்யூரிடி. நமது சமூகம் இந்த நிமிடம் வரை விவாகரத்தான பெண்களை மதிப்பதில்லை. விதவையானால்கூட பரிதாப உணர்ச்சி எளிதில் கிடைத்துவிடும். பெண்களைப் பொறுத்தவரை விவாகரத்து என்பதை ஓர் இளக்காரமாகத்தான் இப்போதும் பார்க்கிறோம்” என்று சொன்னான்.

“தனது முதல் திருமண முறிவுக்குப் பிறகு என் அம்மா இன்னொருவரைத் தேர்ந்தெடுத்தது எனக்குப் பிழையாகப் படவில்லை. அவரையும் திருமணம் செய்துகொண்டதுதான் தவறு என்று நினைக்கிறேன். அப்படியே சேர்ந்து வாழ்ந்திருக்கலாம்”

நான் அவசர அவசரமாக விக்டரின் வயதைக் கணக்கிட்டுப் பார்த்தேன். அவன் குறிப்பிடும் காலகட்டத்தில் சேர்ந்துவாழும் கலாசாரம் இந்திய எல்லைக்குள் எட்டிப்பார்த்திருக்கும் சாத்தியம் இல்லை.

“இப்போது மட்டும் என்ன வாழ்ந்தது? பிராணிகளைப் பார்ப்பதுபோலத்தான் பார்ப்பார்கள்” என்றான் வெறுப்புடன்.

உலகம் தோன்றிய நாள்முதலாக வீரியம் குறையாமல் இருக்கிற அதே பிரச்னை. அடுத்தவர்களின் அபிப்பிராயம். இதைக் கடந்துபோகாமல் வாழவே முடியாது. உன் மூக்கு நுனியைத் தீண்டாதவரை என் அபிப்பிராயத்தால் உனக்கேதும் பிரச்னையில்லை. ஆனால் அபிப்பிராய சிகாமணிகளால்

அடுத்தவர் அந்தரங்கத்தை அலசிப் பாராமல் இருக்கமுடிவதில்லை பெரும்பாலும்.

''அதுசரி, நீ முதலில் வரைய ஆரம்பித்தது யாரை? உன் அம்மாவின் இரண்டாவது புருஷனையா?''

விக்டர் என்னை முறைத்தான்.

''உனக்கு கிசுகிசுக்களில்தான் ஆர்வம் இருக்கிறது அவந்திகா'' என்று குற்றம் சாட்டினான். இல்லை என்று எப்படிச் சொல்லமுடியும். அறிவுஜீவித்தனம் மண்டியிடும் மற்றொரு இடம்.

''அந்த மனிதரை நான் வரைந்ததே இல்லை. என்னையேதான் நான் முதல் முதலில் வரைந்துபார்க்க ஆரம்பித்தேன்,'' என்று விக்டர் சொன்னான்.

அத்தியாயம் ஆறு

மழை பெய்து நகரம் நனைந்திருந்த ஒரு மாலைப் பொழுதில் நான் முதல்முதலில் விக்டரின் வீட்டுக்குப் போயிருந்தேன். யாருக்கோ பயந்து ஒளிந்துகொண்டிருப்பது போல நகரச் சந்தடிகளிலிருந்து முற்றிலும் விலகி ஒதுக்குப்புறமாக இருந்தது அந்தக் காலனி. எப்படியும் சதுர அடி இரண்டாயிரத்துக்குக் குறையாது என்றுதான் முதலில் தோன்றியது. எல்லா வீடுகளும் தன் கதவுகளை மூடிக்கொண்டிருந்தன. அழகழகான, அமைதியான வீடுகள். அவரவர் ரசனைக்கேற்ப சுற்றிலும் சின்னஞ்சிறு தோட்டங்கள் அமைத்திருந்தார்கள். பூச்செடிகள். நிழல் மரங்கள். அலங்கார வளைவுகளை மேவியிருக்கும் கொடிகள். காத்திருக்கும் கார்கள். காவலுக்கு கூர்க்காக்கள். சாலையின் சுத்தமும் நேர்த்தியும் எனக்கு வியப்பூட்டின. காலனிவாசிகள் சொந்தச் செலவில் சாலை போட்டிருக்கவேண்டும். எந்த அரசாங்கமும் மாநகரில் இப்படியொரு பட்டுச்சாலை போட முன்வந்திருக்கமுடியாது.

வெல்கம் என்றான் விக்டர். வாசல் கதவுக்கு மேலே தொங்கிய பூந்தொட்டியிலிருந்து ஆரஞ்ச் நிறப் பூ ஒன்று காற்றில் அசைந்து ஆடியது. பித்தளைப் பூண் போட்ட மரக்கதவு புதிதாக இருந்தது. வார்னிஷ் வாசனை அடித்தது. சிறிய ஹால். பிரம்பு

சோபாக்களின்மேல் மெத்தென்ற மெத்தைகள். ஒழுங்கு குலையாமல் அடுக்கிவைக்கப்பட்டிருந்த பத்திரிகைகள், செய்தித் தாள்கள். பின்னால் அலமாரியில் என்சைக்ளோபீடியா வால்யூம்கள். தொலைக்காட்சிப் பெட்டியின்மீது சிரிக்கும் சிறுவனின் புகைப்படம்.

“அது நாந்தான்” என்றான் விக்டர். நான்கு வயதில் எடுத்த படம். அரை டிராயரும் தொப்பியும் அணிந்து போட்டோவுக்கு சிரிக்கும் விக்டர்.

“இத்தனை சுத்தம் கூடாது விக்டர். எனக்கு மூச்சிறைக்கிறது.” என்றேன் பொறாமையுடன். அறையில் எங்கும் ஒரு சிறு தூசு கூட இல்லை. எல்லாம் துடைத்து பளிச்சென்று இருந்தது.

“நீ பேச்சுலர்களின் மானத்தை வாங்குகிறாய்” என்று சொன்னேன். விக்டர் சிரித்தான்.

“என் நேர்த்தி, என் அகம்பாவம்” என்றான் மெதுவாக.

ஆனால் அது அகம்பாவ நேர்த்தியாகத் தெரியவில்லை. அடக்கமான ஒழுக்கம்தான் எனக்குத் தென்பட்டது. தினசரி வந்து விழும் செய்தித்தாளுக்குக் கூட ஒழுங்காக ஸ்டாப்ளர் அடித்து நுனி மடங்காமல் வைத்திருந்ததைக் கண்டேன். சந்தேகமில்லாமல் தூசு படிந்திருக்கும் என்று எதிர்பார்த்துக் கைவைத்த டிவி ஸ்டாண்ட் கூட சுத்தமாகத் துடைக்கப்பட்டிருந்தது. நகம் வெட்டுவதில், சட்டைகளின் வண்ணங்களைத் தேர்ந்தெடுப்பதில், குறுந்தாடியைப் பராமரிப்பதில், புன்னகையில், பேச்சில், செயலில் அவனளவு நேர்த்தி கடைபிடிப்பவர்கள் வேறு யாரையும் நான் கண்டதில்லை.

“இதையெல்லாம் நீ ஏன் மனோஜுக்கு சொல்லித்தரக் கூடாது?” என்று ஒரு சமயம் கேட்டேன்.

“அவனுக்கு எதற்கு இதெல்லாம்? வாழ்வின் லயத்தை அவன் தனக்குள் தேடுபவன். தனக்குள் தேட முடியாதவன்தான் தந்தி பேப்பருக்கு ஸ்டாப்ளர் அடிக்கிறான்” என்றான் விக்டர்.

அவனுக்குச் சற்றுத் தாழ்வு மனப்பான்மை இருக்குமோ என்று நினைத்தேன். தன் மனத்தை ஒரு குப்பைக்கூடையாக உருவகப்படுத்திப் பல சமயம் பேசியிருக்கிறான். “வெளியே சுத்தம் செய்து எடுத்து உள்ளே போட்டுக்கொள்கிறேன்” என்பான். அப்படியும் எனக்குத் தெரியவில்லை. அவன் வாசிக்கிற புத்தகங்கள், கேட்கிற இசை, ஆசைப்படுகிற விஷயங்கள் எதுவும் சாதாரணமானவையல்ல. குப்பைகள் நிறைந்த மனம் விரும்பக்கூடியவை அல்ல.

ஒரு சமயம் நாங்கள் இருவரும் ஆர்.கே. சூரியநாராயண ராவின் வீணைக் கச்சேரி ஒன்றுக்குச் சென்றிருந்தோம். அவரை எத்தனை பேருக்குத் தெரியுமோ என்னமோ. மல்லாக்கப் படுத்த ஒரு பெண்ணைப் போலக் கிடக்கும் அந்தக் கருவியை அவர் கையாளும் லாகவம், இசையைக் காட்டிலும் பார்ப்பதற்கு அற்புதமாக இருக்கும். தொடுவதுதான் தெரியும். வருடுகிறாரா, வண்டியோட்டுகிறாரா என்று சந்தேகம் வந்துவிடும். மெல்ல மெல்ல இசையில் கரையத் தொடங்கும் நேரம் அந்த வீணை அப்படியே ஒரு நீண்ட தாமரைபோல் உருமாறும். தனது நரம்புகள் அதிர்ந்து எழுப்பும் இசையையே தன் இதழ்களாக்கி மெல்ல மெல்ல மலர்ந்து நிறையும். மேடையில் அப்போது சூரியநாராயணா இருக்கமாட்டார். பக்கவாத்தியக்காரர்கள் இருக்கமாட்டார்கள். மைக் இருக்காது. ஒரு தாமரை. பிரம்மாண்டமானது. அதன் ஆகிருதியும் அசைவும் கிறக்கம் தரவல்லது. இசையை வாசனையாக உருமாற்றிக் கொண்டுவந்து சேர்க்கும் ரசாயனம் அங்கே சத்தமில்லாமல் அரங்கேறும். பார்வையாளர்களின் நரம்புகளுக்குள் நகர்ந்து நகர்ந்து முறுக்கேற்றும். மோனத்தின் அகண்ட பெருவெளியில் ஆளைக் கொன்று போட்டு ஆட்சி புரியும்.

விக்டர் சொன்னான், ‘எத்தனையோபேர் வீணை வாசிக்கிறார்கள். இவர் ஒருத்தர்தான் இந்தக் கருவியை ஆள்கிறார்.’

அப்போதே நான் சொன்னேன், “நீ பொய் சொல்கிறாய் விக்டர். ஒரு குப்பைக்கூடை மனத்துக்கு சூரியநாராயணா சரிப்படமாட்டார். அவர் வாத்தியம் எழுப்புவது சங்கீதமல்ல.

தத்துவம். குப்பைக்கூடை ஒரு போதும் தத்துவத்தில் நாட்டம் கொள்வதில்லை.''

அவன் வெகுநேரம் மௌனமாக இருந்தான். பிறகு மெல்லச் சொன்னான். ''ஆம். நீ சொல்வது சரிதான். என் மனத்தில் நிறைந்திருப்பதெல்லாம் தத்துவக் குப்பைதான்.''

''சாப்பிடலாமா?'' என்று விக்டர் கேட்டான். எழுந்துகொண்டேன். டைனிங் டேபிளின் நடுவே அழகாகப் பாத்திரங்கள் அடுக்கிவைக்கப்பட்டிருந்தன. விக்டர் இரண்டு தட்டுகளை எடுத்துவந்து வைத்தான். பூப்போட்ட பீங்கான் தட்டுகள். 'கழுவுவதற்கு இதுதான் சுலபம்' என்று சொன்னான்.

அருமையான உணவு. அவனே சமைத்ததாகச் சொன்னான். ஸாலட். விஜிடபிள் புலவ். காலிஃப்ளவரில் பொறியல்போல் ஏதோ சமைத்திருந்தான். தொட்டுக்கொள்ள சிப்ஸ். உண்டு முடித்ததும் மாம்பழ ஜூஸ். பிரமாதம் என்றேன். எனக்குச் சுட்டுப்போட்டாலும் சமையல் வராது. 'என்னடீ பொண்ணு நீ' என்று கல்லூரி வயதுகளில் என் அம்மாவும் பாட்டியும் தலையில் அடித்துக்கொண்டது நினைவுக்கு வந்தது. ஏனோ தெரியவில்லை. எனக்கு ரசித்துச் சாப்பிட மட்டுமே பிடித்தது. சமைக்க அல்ல.

''செய்யலாம் அவந்திகா. இது ஓர் அருமையான கலை. நிறுத்தி நிதானமாக, அனுபவித்து ரசித்துச் சமைப்பது, அப்படிச் சாப்பிடுவதைக் காட்டிலும் சுவாரசியமானது'' என்று சொன்னான்.

''ஏனோ என்னால் என் அம்மா தன் இரண்டாவது கணவருடன் வசித்த வீட்டில் என்னால் வாழமுடியவில்லை. அங்கே இருந்தாலே எனக்கு மூச்சிறைப்பு வந்துவிடும். படித்ததெல்லாம் ஹாஸ்டலில் தங்கித்தான். பிறகு வேலை தேடும்போதே வீட்டைவிட்டு வெளியே வந்துவிட்டேன். கொஞ்சநாள் என் நண்பர்கள் ஏழெட்டு பேருக்கு சமைத்துப் போட்டுக்கூட சம்பாதித்திருக்கிறேன்'' என்றான் விக்டர்.

எனக்கு மிகவும் வியப்பாக இருந்தது. தனக்கொரு ஆண் துணையைத் தேர்ந்தெடுத்தது அவனது அம்மாவின் சுதந்தரம். அது ஏன் அவனுக்குப் புரியவில்லை?

''அவளது சுதந்தரத்தில் நான் குறுக்கிடவில்லை அவந்திகா. எனக்கு என்னுடைய அடையாளப் பிரச்னை அப்போது மிகவும் பெரிதாக இருந்தது.'' என்றான் விக்டர்.

பேச விரும்புபவன் போலவும், பேசவேண்டாமென்று தயங்குபவன் போலவும் ஒரே சமயத்தில் அப்போது தென்பட்டான். அவனாகச் சொன்னாலொழிய நான் கேட்பதில்லை என்று முடிவு செய்துகொண்டேன். விக்டர் நீண்டநேரம் மௌனமாகவே இருந்தான். டிவியில் கார்ட்டூன் படம் ஒன்று ஓடிக்கொண்டிருந்தது. சப்தம் ம்யூட் செய்யப்பட்டு, காட்சியின் சலனம் மட்டுமே பிரதானமாக இருந்தது. மௌனம் போல அழகாகவும் விகாரமாகவும் ஒரே சமயத்தில் காட்சிதரக்கூடிய நிலை வேறில்லை.

ஏதாவது சொல்லி சூழ்ந்த கனத்தைச் சற்றே இறக்கிவைக்கலாம் என்று தோன்றியது. எனக்கென்ன தெரியும்? மனோஜ் இருந்தால் அழகாகப் பாடுவான். விக்டருக்குக் கூடப் பாடவரும். ஆனால் தொண்டைக்குள்ளேயே பாடிக்கொள்வான்.

''எல்லோருடைய வாழ்க்கையிலும் விவரிக்கமுடியாத துக்கம் கவிந்த பக்கங்கள் சில இருக்கும் விக்டர். அதைப் பெரிதாகப் பொருட்படுத்தாமலிருக்கலாம்'' என்றேன் மெதுவாக.

அவன் உடனே பரபரப்பானான். ''நோநோ! எனக்கு துக்கம் ஏதுமில்லை அவந்திகா. சில விஷயங்கள் எனக்கு அந்த வயதில் புரியவில்லை. அல்லது தவறாகப் புரிந்தன. இன்றுவரை அதன் தாக்கம் என்னைவிட்டுப் போகவில்லை. அந்தச் சுமைதான் பெரிதாக இருக்கிறதே தவிர வேறில்லை.''

நான் அவனை ஆழமாகப் பார்த்தேன். ஒரு குழந்தையின் தவிப்பை அவன் கண்களில் கண்டேன். இவன் சொல்ல விரும்பும் விஷயத்தை இன்னமும் சொல்லவில்லை என்று எனக்குள் சொல்லிக்கொண்டேன். என்ன அவசரம்? என்றாவது சொல்லுவான். எப்போதாவது தெரியத்தான் செய்யும். எங்கள் மூன்றுபேர் நட்பு வட்டத்தில் ரகசியங்கள் வெகுகாலம் இருந்ததே இல்லை.

எனக்கென்னவோ அவனுக்குப் பாலியல் சார்ந்த சில சிந்தனைப் பிரச்னைகள் இருக்கக்கூடும் என்றுதான் தொடர்ந்து தோன்றிவந்தது. ஆண் பெண் உறவுநிலைகள் குறித்த குழப்பங்கள் இருக்கக்கூடும். என்ன படித்து, என்ன சாதித்து என்ன? கால் வைக்கும் இடம் தெரியாமல் வைத்துவிட்டு வழுக்கியபடி வாழப்பழகவேண்டிய பிராந்தியம்தானே?

“நீ ஏன் ஒரு திருமணம் செய்துகொள்ளக் கூடாது?” என்றேன் திடீரென்று.

விக்டர் சிரித்தான். “நான் திருமணத்தை விரும்பவில்லை அவந்திகா. தனிமையைப் போலவே அதுவும் விபரீதமானது என்றுதான் தோன்றுகிறது.”

“நல்லது. அப்படியானால் உனக்குத் தேவை ஒரு நல்ல கம்ப்பானியன். நீ தொடர்ந்து தனியே இருக்கவேண்டாம் என்றுதான் எனக்குப் படுகிறது” என்று சொன்னேன். புத்தகங்களும் இசையும் சமையல் கலையும் எத்தனை தூரத்துக்கு உதவும்? நட்பும்கூடத்தான்.

எனக்கு அவனைப் பிடிக்கும். எந்த அளவுக்கு என்று யோசித்து ஒரு தீர்மானத்துக்கு வரமுடிந்ததில்லை. உன்னைக் காதலிக்கலாம் என்று நினைக்கிறேன் என்று சொல்லலாமா? பல சமயம் யோசித்திருக்கிறேன். வேண்டாம் என்றுதான் ஒவ்வொருமுறையும் பதில் கிடைத்திருக்கிறது. பிடித்திருப்பதுதான் காதலா என்ன? எனக்கு மனோஜையும் பிடிக்கும். இவனளவுக்கே. சம்பந்தமில்லாமல் எங்கள் நட்பைக் கொண்டுவந்து இந்த இடத்தில் போட்டுக் குட்டையைக் குழப்ப நான் விரும்பவில்லை. உணர்வுகளின் அடுக்கடுக்கான தளங்களில் எங்கள் நட்பு ஒரு தளத்தில் வியாபித்திருந்தது. சந்தேகமில்லாமல். நீக்கமற. பரம்பொருளைப் போல. அதற்கு அப்பாற்பட்ட இன்னொரு தளத்தில் நட்புக்குச்சம்பந்தமில்லாத ஓர் ஈர்ப்பும் வியாபித்திருந்தது. எனக்கு மட்டுமல்ல. அவர்கள் இருவருக்கும் கூட, என்மீது. இது எனக்குத் தெரியும். எனக்குத் தெரியுமென்பது அவர்களுக்கும் தெரியும். ஆனாலும் எங்களுக்குள் ஒரு தடுப்புச் சக்தி கண்ணுக்குத் தெரியாத கயிறாகக் குறுக்கே கொடிபிடித்திருந்தது.

ஒரு சமயம் மனோஜ் விக்டரிடம் இது குறித்துப் பேசவே பேசியிருக்கிறான். “என்னைப் போலவே உனக்கும் அவந்திகாவிடம் ஒருவித ஈர்ப்பு இருக்கிறதல்லவா விக்டர்?” என்று கேட்டதாக அவனே நேர்மையுடன் என்னிடம் வந்து சொல்லியிருக்கிறான்.

“ஆம். அது காதலா என்று தெரியவில்லை” என்று விக்டர் அப்போது சொன்னான்.

காதலாக அது இருக்கவேண்டாம் என்றுதான் நான் விரும்பினேன். ஏனென்றால் எனக்கு அப்படியான உணர்ச்சி ஏதும் அப்போது இல்லை. அதை வெறும் உடல் கவர்ச்சியாகவும் என்னால் சொல்லிவிடமுடியாது. அதற்கு மேலே. ஆனால் காதலுக்குக் கொஞ்சம் கீழே.

சீச்சீ, இதென்ன. புத்திக்குள் ஓடும் யுகங்கள் கடந்த சிந்தனை நதியில் இடையே விழும் நீர்வீழ்ச்சிபோல. எத்தனை வேகம். எத்தனை ஆக்ரோஷம், முரட்டுத்தனம்.

“சிந்திக்காமல் இருக்கத் தெரிந்துவிட்டால் எத்தனை நன்றாக இருக்கும் விக்டர்!” என்றேன் கிசுகிசுப்பாக. இருளில் என் போர்வையாக அவன் கவிந்திருந்தான். கதகதப்பாகத்தான் இருந்தது. சற்றே மயக்கமாகவும் இருந்தது. பிடித்திருந்தது. காதலும் காமமும் அற்று, அதனைக்காட்டிலும் சற்றே மேலான நிலையில் இருப்பதாகச் சொல்லி எங்களையே நாங்கள் ஏமாற்றிக்கொண்டிருக்கிறோமா என்று அடிக்கடி கேட்டுக்கொண்டோம்.

“பேசவேண்டாம். இது நமக்குப் பிடித்திருக்கிறது. அல்லது இப்போது வேண்டியிருக்கிறது. அதற்குமேல் ஒன்றுமில்லை” என்றேன் உறுதியாக.

சரி என்றான் விக்டர்.

களைத்து விழுந்து சற்றே ஆசுவாசப்படுத்திக்கொண்ட பிறகு தயக்கமுடன் கேட்டான், “மனோஜுக்கு இது தெரியலாமா?”

அத்தியாயம் ஏழு

போராளிகள் புல் பிடுங்கிக்கொண்டிருந்தார்கள். அது எந்தவகையான தாவர இனம் என்று முதலில் எங்களில் யாருக்கும் தெரியவில்லை. நன்கு நீண்டு வளர்ந்திருந்த புல் போலவே இருந்தது. அடியில் சிவப்பாக பீட்ரூட் போலக் கிழங்கு இருந்தது. பீட்ரூட் அளவுக்குப் பெரிதாக இல்லை. கொஞ்சம் அளவு குறைந்த கிழங்குதான். வேகவைத்துச் சாப்பிட்டால் ருசியாக இருக்குமோ என்னமோ.

கடத்தி வைக்கப்பட்டு இரண்டு தினங்கள் முழுதாக நிறைவடைந்திருந்தன. நிலைமையில் எவ்வித முன்னேற்றமும் இல்லை. செய்தித் தாள்கள், தொலைக்காட்சி இரண்டும் எங்களுக்குக் கிடைக்கவில்லை. சுற்றுவட்டாரத்தில் இந்தப் போராளிகளைத் தவிர வேறு ஜீவஜந்துக்கள் கிடையாது போலிருக்கிறது. இதுவே தமிழ் சினிமாவாக இருந்தால் பால்காரப் பெண், தபால்காரப் பையன், அரை லூசு டாக்டர் என்று யாராவது ஒரு ஆபத்பாந்தவன் அவசியம் வந்திருப்பார்கள். ஜன்னல் வழியே கசக்கி எறியும் கடிதத்தை எடுத்துச் சென்று சூப்பர் ஸ்டார்களிடம் கொடுத்து கடைத்தேற்றியிருப்பார்கள். சாகசம் மிகுந்ததொரு சண்டைக் காட்சியின் இறுதியில் நாங்கள் பத்திரமாக மீட்கப்பட்டிருப்போம்.

“ஒன்றுமே புரியவில்லை. நம்மை எதற்கு இவர்கள் இங்கே கடத்தி வைத்திருக்கிறார்கள்?” என்று நூறாவது முறையாக அதே கேள்வியைத் திரும்பக் கேட்டார் அந்த உக்ரேனியர்.

“தெரியவில்லை. ஏதாவது கோரிக்கை இருக்கும். அரசுகளுடன் பேச்சுவார்த்தை நடத்திக்கொண்டிருப்பார்கள். இன்னும் ஒரு முடிவுக்கு வந்திருக்காது என்று எண்ணுகிறேன். நல்லவேளை நமக்கு வேளைக்கு சாப்பாடு கொடுத்து ஒழுங்காகப் பார்த்துக்கொள்கிறார்கள். மணிக்கொருவராக அழைத்து அச்சமூட்டுவதற்காகச் சுட்டுத்தள்ளும் ஆசாமிகள் இல்லை இவர்கள்” என்று சிரித்தபடி பதில் சொன்னேன்.

“உங்களுக்கு பயமாக இல்லையா அவந்திகா?”

யோசித்துப் பார்த்தேன். கொஞ்சம் பயமாகத்தான் இருந்தது. தீவிரவாதிகளின் இயல்பு எப்படிப்பட்டது என்பதெல்லாம் தினசரி செய்தித்தாள்கள் வழியே மட்டுமே இதுகாறும் தெரியவந்திருக்கிறது. தலையை அறுத்துத் தனியே வைத்து போட்டோ எடுத்து பத்திரிகைகளுக்கு அனுப்பும் தீவிரவாதிகள். மசூதிகளுக்கும் பள்ளிக்கூடங்களுக்கும் மருத்துவமனைகளுக்கும் குண்டு வைத்துத் தகர்த்துவிட்டு இணையத்தளத்தில் நாங்கள்தான் செய்தோம் என்று வாக்குமூலம் அளிக்கும் தீவிரவாதிகள். அவ்வப்போது யுத்தத்தை நிறுத்திவிட்டு, ஆயுதம் சேகரிப்பதற்காக அமைதிப் பேச்சுவார்த்தைகளில் ஈடுபடும் தீவிரவாதிகள்.

ஆனால் இவர்கள் யாரும் கடத்திவைத்த பிரகஸ்பதிகளுக்கு வேளைக்குச் சாப்பாடு போட்டு, குளிருக்குக் கம்பளி கொடுத்து, தலைவலித்தால் தேய்த்துக்கொள்ளத் தைலம் கொடுத்து, குளிப்பதற்கு வெந்நீர் போட்டுக்கொடுக்கிற ஜாதியாக இருப்பார்கள் என்று தோன்றவில்லை.

சற்றே வேறு மாதிரியாக இருந்தார்கள் அவர்கள். அடிக்கடி புன்னகை செய்தார்கள். ஹலோ சொன்னார்கள். விடிந்தால் குட் மார்னிங், விளக்கேற்றும் வேளை வந்தால் குட் நைட் என்று நேரம் தவறாமல் மரியாதை செலுத்திவிட்டு, அவ்வப்போது, சௌகரியமாக இருக்கிறதா என்று கேட்டுக்கொண்டு போனார்கள்.

யாராவது பணயக்கைதி கொஞ்சம் வம்பு செய்தால் இவர்களின் உண்மை சொரூபம் தெரியவருமோ என்னமோ. மிஞ்சிப் போனால் நிற்கவைத்துச் சுட்டுத்தள்ளுவார்களாயிருக்கும்.

காவலுக்கிருந்த ஒரு போராளியிடம் நான் கேட்டேன்: "எனக்கு முழு விவரம் வேண்டாம். நாங்கள் எத்தனை நாள் இங்கே பிணைக்கைதிகளாக இருக்கவேண்டியிருக்கும் என்று சொன்னால் மட்டும் போதும். ஒரு தோராயக்கணக்கு தெரிந்திருக்குமே உங்களுக்கு?"

எமகாதகன் போலிருக்கிறது. புன்னகையுடன் "மன்னிக்கவும். அது குறித்துப் பேச எனக்கு அனுமதி இல்லை" என்று சொல்லிவிட்டான்.

"யார் பேசலாம்?"

"எங்கள் லெஃப்டினண்ட்."

"அவர் எங்கே இருக்கிறார்?"

"மதியம் வரை இங்கேதானே இருந்தார்? உங்களுக்குக்கூடத் தலைவலித் தைலம் கொண்டுவந்து கொடுத்தாரே?"

பிரமித்துப் போய்விட்டேன். அந்த மனிதனா.

ஒல்லியாக, உயரமாக, நான்கைந்து நாள் தாடியுடன் இருந்தான் அவன். எல்லோரைப் போலவும் அவனும் புன்னகை செய்தான். எல்லோரைப் போல அவனும் மரியாதையுடன் வணக்கம் சொன்னான். கேட்ட உதவிகளைச் செய்துகொடுத்தான். வசதியாக இருக்கிறதா என்று அன்புடன் விசாரித்தான். பிறகு தோளில் ஏந்திய துப்பாக்கியுடன் சில மணிநேரங்கள் வாசலில் காவலுக்கு நின்றுவிட்டு, போகும்போது விடைபெற்றுத்தான் போனான்.

"இதில் வியப்பதற்கு என்ன இருக்கிறது? அவரும் போராளி. அவரும் ஒரு சிப்பாய். தலைமைப் பதவி என்பது முடிவெடுக்கிற பொறுப்பைக் கூடுதலாகச் சுமப்பது மட்டுமே. அதை அவர் மறக்கவே மாட்டார்" என்றான்.

எனக்குப் பேச்சே வரவில்லை. இப்படியுமா இருப்பார்கள்! அவர் திரும்ப வருவாரா என்று கேட்டேன்.

வரலாம். மறுபடியும் அவரது சுற்று வர நேர்ந்தால் வருவார் என்று சொன்னான். ''அதற்குள் நீங்கள் விடுதலையாகிப் போய்விட இறைவனைப் பிரார்த்தனை செய்யுங்கள்'' என்று சொல்லிவிட்டுப் போனான்.

பெல்ஜியத்தைச் சேர்ந்த ஒரு வயதான அம்மாள் எங்கள் குழுவில் இருந்தாள். விமானம் தரையிறங்கிய வினாடியிலிருந்து அழுதுகொண்டே இருந்தாள். அவளது புருஷன் தவியாய்த் தவித்துக்கொண்டிருப்பாராம். அவர்களது நாற்பதாவது திருமண தினம் வருகிறதாம். அதற்குள்ளாகவாவது போய்விடமுடிந்தால் நல்லது என்று சொன்னாள்.

சிரித்தேன். இவர்கள் மிகவும் கெட்டிக்காரர்களாக இருந்தார்கள். மிகவும் சாமர்த்தியமாக செய்தி எதுவும் எங்களை வந்தடைந்துவிட முடியாதபடிக்கு அடைகாத்தார்கள். என்ன பேரம், எதற்காக இந்தக் கடத்தல் என்றே தெரியாத நிலையில் வைத்திருப்பதன் மூலம் தேவையற்ற பயங்களைத் தவிர்க்கலாம் என்று நினைத்திருக்கலாம்.

சில பிரச்னைகளைச் சொன்னாலே குலைநடுங்க ஆரம்பித்துவிடுகிற காலம் அல்லவா. நூற்றுக்கும் மேற்பட்ட பயணிகளின் உயிர் அவர்கள் கையில் இருந்தது. எனக்கென்னவோ கொல்லமாட்டார்கள் என்றுதான் தோன்றியது. அதிகபட்சம், பத்து அல்லது பதினைந்துநாள் அங்கே இருக்கவேண்டியிருக்கும் என்று நினைத்தேன். அதற்கேற்ப என்னைத் தயார் செய்துகொள்ள வேண்டும் என்று முடிவு செய்து, என் தினசரிக் கடமைகள் என்று சிலவற்றை வகுத்துக்கொண்டேன்.

காலை எழுந்ததும் அந்த விமான ஓடுதளத்திலேயே நடப்பதற்கு அவர்கள் அனுமதித்திருந்தார்கள். மைதானத்தைச் சுற்றிலும் போராளிகள் காவலுக்கு இருப்பதால் தப்பியோடிவிடக்கூடிய சந்தர்ப்பம் இல்லை. காலைச் சிற்றுண்டிக்குப் பிறகு கொஞ்சம் படிக்கலாம் என்று முடிவு செய்து என்னுடைய சூட்கேசிலிருந்து

சில புத்தகங்களை எடுத்து வந்து தரக் கேட்டுக்கொண்டேன். ரஜனீஷின் புத்தகங்கள். எப்போதும் பதற்றமற்ற மனநிலையில் இருப்பதற்கு அது ஒரு சிறந்த கருவி. நிறைய ஏ ஜோக்குகள் அடிக்கிற மாடர்ன் சன்னியாசி. என்னால் அவரை ஒரு சன்னியாசியாக எப்போதுமே எண்ணிப் பார்க்க முடிந்ததில்லை. மனத்தளவில் பெரிய குடும்பியாகத்தான் அவர் இருக்கவேண்டும் என்று நினைத்தேன். ஆடிப்பார்க்காத மனத்துக்கு ஆனந்தம் சாத்தியமில்லை. அடிபட்டாலும் சரி. ஆடுவது முக்கியம். ஆட்டம் ஓயாமல் இறுதிவரை தொடர்வது அதைக்காட்டிலும் முக்கியம்.

"உங்களைப் பார்த்தால் வியப்பாக இருக்கிறது. உங்களுக்கு பயமாக இல்லையா?" என்று மீண்டும் மீண்டும் கேட்டுக்கொண்டிருந்தார் அந்த உக்ரேனியர்.

"யார் சொன்னது? கண்டிப்பாக பயமாக இருக்கத்தான் செய்கிறது. ஆனால் பயந்துகொண்டே இருப்பதில் என்ன லாபம்? வாழக்கிடைத்த வினாடிகளை நான் வீணாக்க விரும்புவதில்லை" என்று பதில் சொன்னேன்.

"உங்களுக்கு ஒரு குழந்தை இருப்பதாகச் சொன்னீர்கள் அல்லவா?"

"ஆம். கவிதா. கவிதாக்குட்டி. என் செல்லக்குட்டி அவள்."

"என்ன படிக்கிறாள்?"

"நான்காம் வகுப்பு."

"அம்மா வேண்டுமென்று அழமாட்டாளா? உங்கள் கணவர் பார்த்துக்கொள்வாரா?"

இதற்கு என்ன பதில் சொல்லலாம் என்று யோசித்தேன். கவிதா அழும் சாத்தியம் இல்லை. அவள் ஹாஸ்டலில் தங்கிப் படித்துக்கொண்டிருக்கிறாள். தோழிகள் அதிகம் அவளுக்கு. எப்போதும் விளையாட்டு, பாட்டு, உற்சாகம். நான் பெற்றோர் ஆசிரியர் தின விழாவுக்கு வராதது குறித்த வருத்தம் மட்டும் இருக்கும் என்று நினைத்தேன். அது பிரச்னை இல்லை. போய்ப்பேசி விளக்கினால் புரிந்துகொண்டுவிடும். என்ன ஒன்று, தீவிரவாதிகள்

குறித்து சிலபல கதைகளை அவர் விரும்பிக் கேட்கக்கூடும். காட்சி விவரணைகளுடன் சொன்னால் சந்தோஷமாகக் கேட்டு ரசிக்கும்.

“வியப்பாக இருக்கிறது எனக்கு. நீங்கள் இந்தியர் அல்லவா? இந்தியர்கள் பொதுவாக எல்லாவற்றுக்குமே அதிகம் உணர்ச்சிவசப்படுபவர்கள் என்று கேள்விப்பட்டிருக்கிறேன். அதுவும் நீங்கள் தென்னிந்தியர் என்று சொன்னீர்கள். கணவர், குழந்தை விஷயத்தில் அவர்கள் மாபெரும் செண்டிமெண்ட் தீவிரவாதிகள் என்று கேள்விப்பட்டிருக்கிறேன்”

சிரித்தேன். அடிக்கடி சிரிக்க வேண்டியிருந்ததை நினைத்துக்கொண்டேன். வேறென்ன செய்யமுடியும்?

“உங்கள் கணவர் என்ன செய்கிறார்?” என்று விடாமல் கேட்டார் அவர்.

“எனக்குக் கணவர் இல்லை. குழந்தை மட்டும்தான்” என்று பதில் சொன்னேன்.

“ஓ, ஸாரி, இறந்துவிட்டாரா?”

“இல்லை.”

“விவாகரத்தாகிவிட்டதா?"

“அதுவும் இல்லை.”

அவர் சில வினாடிகள் மேற்கொண்டு என்ன பேசுவதென்று தெரியாமல் விழிப்பதை அனுபவித்து ரசித்தேன்.

என்ன நினைத்தாரோ, “உங்கள் கணவர் பெயர் என்ன?” என்று கேட்டார்.

“ஒருவர் பெயர் மனோஜ். இன்னொருவர் பெயர் விக்டர். ஆனால் இருவருமே எனக்குக் கணவர்கள் இல்லை. நாங்கள் சிலகாலம் சேர்ந்து வாழ்ந்தோம். அவ்வளவுதான்” என்று பதில் சொன்னேன்.

அதற்குமேல் அவர் என்னிடம் எதையும் கேட்கவில்லை. இந்தியக் கலாசாரம் குறித்துத் தான் கேள்விப்பட்டவை அனைத்தையும் மறுபரிசீலனை செய்யவேண்டி நேர்ந்த துர்ப்பாக்கியத்தை எண்ணியபடி மனத்துக்குள் என்னைச் சபித்துக்கொண்டிருப்பார் என்று நினைத்தேன்.

இப்போதும் சிரிப்புத்தான் வந்தது. ஆனால் அடக்கிக் கொண்டேன்.

அத்தியாயம் எட்டு

சிட்டுக்குருவிகளின் சத்தம் வீதியை நிறைத்திருந்த ஒரு பிற்பகல் வேளையில் நாங்கள் நாலுங்கீழ் ரெண்டு, வீரபத்திரன் நகர் முகவரிக்குக் குடி போனோம். மனோஜ்தான் இடம் பார்த்து அட்வான்ஸ் கொடுத்து ஏற்பாடு செய்திருந்தான். கத்தாரில் இருக்கும் வீட்டு முதலாளி, நாங்கள் மூன்று பேரும் ஒரு வீட்டில் இணைந்து குடியிருப்பதில் பிரச்னை ஏதுமில்லை என்று கடிதம் எழுதியிருந்தார். முதல் தேதியானால் வாடகை ஒழுங்காக அவரது பீவியின் காரைக்கால் முகவரிக்கு அனுப்பிவைக்கப்பட்டுவிடவேண்டும். மற்றபடி லாரியில் தண்ணீர், மின்சாரம், மெயிண்டனன்ஸ், மண்ணாங்கட்டி, தெருப்புழுதி.

அடுத்தவர் அந்தரங்கங்களை அவர் மதிக்கிறார் என்று மனோஜ் சொன்னார். பதினையாயிரம் ரூபாய் வாடகையையும்.

கிண்டலுக்குச் சொன்னாலும் வீடு மிகவும் சௌகரியம்தான். பெரிய ஹாலும் மூன்று படுக்கை அறைகளும் வராண்டாவும் வெளிச்சமும் தோட்டமுமாக, தனி காம்பவுண்டுக்குள் கிளி கொஞ்சும் அழகுதான். சந்தேகமில்லை. குடி வந்ததுமே விக்டர்

வீட்டை அழகுபடுத்த ஆரம்பித்துவிட்டான். எங்கெல்லாம் பூந்தொட்டிகள் வைக்கலாம் என்று இடம் பார்த்துக் குறித்துக்கொண்டான். புல்வளர்க்க வாசல் முன்புறத் தோட்டத்தில் ஒரு பகுதியை ஒதுக்கிக்கொண்டான். கார் நிறுத்தும் இடத்துக்குத் தனியே கதவுபோட்டு மூட ஏற்பாடு செய்தான்.

பெரிய குடும்பம் என்ன பாழாய்ப் போகிறது? நாங்கள் ஆளுக்கு இரண்டு சூட்கேஸ்கள் மட்டும்தான் கொண்டுவந்திருந்தோம். ஆகவே எடுத்து அடுக்குகிற பணியெல்லாம் ஒரு மணிநேரத்துக்குள் முடிந்துவிட்டது. தொலைபேசியில் தகவல் சொல்லி, ஸ்கூட்டரில் வரவழைத்த பீட்ஸாவை மூவரும் அமர்ந்து சாப்பிட்டோம். சிறிது நேரம் தூங்கி எழுந்தோம்.

காப்பி போடலாம் என்று நான் கிச்சனுக்குப் போனபோதுதான் எங்கள் முதல் விருந்தாளி கிச்சன் ஜன்னல் வழியே என்னை அழைத்தார். அடுத்த வீட்டுப் பெண். என்றால் எனக்கு உடனே தங்கவேலுவின் நினைவுதான் வரும். என்ன அழகான நடிப்பு! இத்தனைக்கும் அந்தப் படத்தில் அவர் இரண்டாவது கதாநாயகந்தான். பின்னால் எத்தனையோ பட முதலாளிகள் நகலெடுத்துப் பிழைத்துப் போக ஆயிரம் நுட்பங்களை அந்த ஒரு படத்திலேயே கொட்டிவைத்துவிட்டுப் போய்ச் சேர்ந்தவர்.

“ஹலோ” என்றேன் புன்னகையுடன்.

“புதுசா குடிவந்திருக்கிங்களா?”

“ஆமா.”

“நீங்க, உங்க வீட்டுக்காரர், கொழுந்தனாரு மூணே பேருதானா?”

இது வம்பு. மிகவும் சாமர்த்தியமாகத் தொடுக்கப்படும் அஸ்திரம். நான் புடைவையை எடுத்து இடுப்பில் சொருகிக்கொண்டு தோட்டத்தைச் சுற்றிக்கொண்டு அந்தப் பெண் நின்றிருந்த காம்பவுண்டு சுவர் அருகே வந்தேன்.

என்ன வேண்டும் உங்களுக்கு? நட்பு என்றால் அது இங்கே எப்போதும் உண்டு. ஹலோவுக்கு ஹலோ. அரை லிட்டர் பால்

கடன் வேண்டுமென்றால் அதுவும் கிடைக்கும். பார்க்கும்போது புன்னகை செய்யலாம். பதார்த்தங்கள் பரிமாறிக்கொள்ளவும் ஆட்சேபணை இல்லை. ஆனால் என் கொழுந்தனாரைப் பற்றி உங்களுக்கு என்ன அக்கறை?

நான் சொன்னேன்: "அடடே, நீங்கள் தவறாகப் புரிந்து கொண்டிருக்கிறீர்கள். என்னுடன் வந்திருக்கும் இருவருமே என் கொழுந்தனார்கள்தான்."

அந்தப் பெண்மணிக்குக் குழப்பம் வந்துவிட்டது. மைத்துனன் நம்பி மதுசூதனனைப் பற்றி அவள் கேள்விப்பட்டிருக்கமாட்டாள். நான் சிரித்துக்கொண்டே உள்ளே போய்விட்டேன். அரைமணிநேரத்தில் நாங்கள் சற்றும் எதிர்பாராவிதமாக அக்கம்பக்கத்துவாசிகள் பலபேர், பல்வேறு காரணங்களை வைத்துக்கொண்டு எங்கள் வீட்டுக்கு வரத் தொடங்கிவிட்டார்கள்.

"எக்ஸ்கியூஸ்மி. இந்தக் காலனியில் யாராவது ஒரு ப்ரொபசர் குடிவரமாட்டாரா என்று எத்தனையோ நாள் ஏங்கியிருக்கிறேன். என் பையன் கொஞ்சம் பிசிக்ஸில் வீக். நீங்கள் டியூஷன் எடுக்கமுடியுமா?

வந்து கேட்டவருக்கு எப்படியும் அறுபது வயதிருக்கும். வம்பு அவரது விருப்பமாக இருக்கும் என்று என்னால் நம்பமுடியவில்லை. ஒருவேளை திணித்து அனுப்பப்பட்டிருக்கலாம்.

மனோஜ் சொன்னான்: "நான் பிசிக்ஸில் பார்டர் பாஸ் செய்து தேறியவன். மன்னிக்கவும். இவரது பேச்சுலர் டிகிரி ஆங்கில இலக்கியத்தில். அவந்திகா படித்தது புள்ளியியல். உங்கள் மகனுக்கு இந்த மூன்றில் ஒன்று வேண்டுமென்றாலும் நீங்கள் மன்னித்துத்தான் ஆகவேண்டும். நாங்கள் யாரும் டியூஷன் எடுக்கும் ப்ரொபசர்கள் இல்லை."

ஓ என்று ஒருமாதிரியாகப் பார்த்தார் கிழவனார். பிறகு சில வினாடிகள் வீட்டைக் கண்ணால் அளந்தார். துணி மடித்துக்கொண்டிருந்த பாவனையில் நான் வேண்டுமென்றே

என் சுடிதார் ஒன்றை விக்டரின் மடித்துவைத்த சட்டையின் மீதே மடித்து வைத்தேன்.

“இத்தனை நாள் நீங்கள் எங்கிருந்தீர்கள்?” என்றார் அவர்.

“பல்கலைக் கழகத்தில்” என்று சட்டென்று பதில் சொன்னான் விக்டர். அந்த பதில் அவருக்குக் குழப்பத்தை விளைவித்திருக்க வேண்டும். நான் அதைக் கேட்கவில்லை என்று ஏதோ ஆரம்பித்தவரை மனோஜ் தடுத்தான். மன்னிக்கவும். நாங்கள் டியூஷன் எடுக்கும் ப்ரொபசர்கள் இல்லை. நீங்கள் போய்வரலாம் என்று சட்டென்று எழுந்து கைகுலுக்கிவிட்டான். வேறு வழியில்லாமல் அவர் விடைபெற்றார்.

மேலும் சில நிமிடங்கள் கழித்து வீட்டுக்கதவு மீண்டும் தட்டப்பட்டது. சற்றே உடல் பருத்த பெண்மணி ஒருத்தி நின்றுகொண்டிருந்தாள்.

“அம்மா, வீட்டு வேலைக்கு ஆள் வோணுங்களா?”

நான் யோசித்தேன். துணி துவைக்க, வீடு பெருக்கித் துடைக்க, காய்கறி வாங்கிவர, பாத்திரம் தேய்க்க ஒத்தாசைக்கு ஒரு ஜீவன் இருந்தால் நன்றாகத்தான் இருக்கும். ஆனால் அவர்கள் இருவரும் முடிவு செய்யட்டும் என்று நினைத்துப் பேசாமல் இருந்தேன்.

விக்டர்தான் அவளை இண்டர்வியூ செய்தான்.

“உம்பேரென்னம்மா?”

“கற்பகங்க”

“நாங்க இங்க குடிவந்திருக்கோம்னு எப்படி தெரியும்?”

“காலீல வண்டி வரசொல்ல எதிர்வூட்லதாங்க பாத்திரம் தொலக்கிட்டிருந்தேன். அந்த வூட்டம்மாதான் போய் கேட்டுப்பாருடீன்னு சொன்னாங்க.”

“ஓஹோ.”

“மூணே மூணு பேருதான். அதுவும் படிச்சவங்க, வேலை பாக்கறவுக, வீட்ல பெரிசா வேலை இருக்காது, கொளந்த குட்டிங்க எதும் இப்ப இல்லைன்னு நெனைக்கறேன்னாங்க.”

“அப்ப? குழந்தை பிறந்தா நின்னுடுவியா?” என்றான் மனோஜ்.

“சேச்சே.. அதெல்லாம் இல்லிங்க.. மேல பத்து நூறு போட்டுக்குடுத்திங்கன்னா போதும்..”

அவன் சிரிப்பை அடக்கியபடி என்னைப் பார்த்தான்.

“வேறென்ன சொன்னாங்க?” என்றேன் நான்.

“வேற ஒண்ணும் இல்லிங்க”

“அப்படியா?” என்றேன் ஒரு கொக்கையை அவளறியாமல் அவள் கழுத்தில் போட்டு.

“வந்து.. ஒரு இதுவா ஒண்ணுமில்லிங்க. மூணு பேரு.. யாரு என்னா ஒறவுன்னு தெரீயல.. புருசன் பொஞ்சாதியா, அண்ணன் தங்கச்சியான்னு கேட்டுப்பாரு அப்படின்னு..”

நான் வெடித்துச் சிரித்துவிட்டேன். மனிதர்கள்தான் எத்தனை அழகானவர்கள்! எத்தனை எத்தனை அழகிய குழப்பப் பொட்டலங்களைத் தங்களுக்குள் புதைத்துவைத்துக் கொண்டு அவ்வப்போது எடுத்துப் பிரித்துக் காட்டி சந்தோஷப் படுத்துகிறார்கள்! நான் எதையுமே குறை சொல்லமாட்டேன். இதிலென்ன தப்பு? அவர்களுக்கு இது புதியது. மாநிலத்துக்கு, தேசத்துக்கே கூடப் புதியதுதான். சந்தேகமென்ன?

“கற்பகம், எனக்கு உன்னைப் பிடிச்சிருக்கு. நீ இங்க வேலை செய்யலாம். எனக்கு எந்த ஆட்சேபணையும் இல்ல. உனக்கு எவ்ளோ சம்பளம் வேணும்?” என்றேன் சிநேகமுடன்.

அவளுக்கு ஒரு கணம் என்னவோ மாதிரி ஆகிவிட்டிருக்க வேண்டும். சங்கடமாக உணர்ந்து, தயங்கியபடி பேசினாள்.

“தப்பா நெனச்சிக்காதிங்கம்மா.. அந்த வீட்டம்மாதான் கேட்டுப்பாக்க சொன்னாங்க.. எனக்கு இதுலல்லாம் ஒண்ணும் இல்லிங்கம்மா.. அவங்கவங்க இஷ்டம், அவங்கவங்க சௌகரியம்..

இதுல மத்தவங்க பங்கு என்ன இருக்குது?''

மிகவும் வாஸ்தவம். ஆனால் ஏவியளுக்கு பதில் சொல்லித்தான் ஆகவேண்டும். "நீ தைரியமா சொல்லு கற்பகம். எம்பேர் அவந்திகா. இவர் மனோஜ். அவர் விக்டர். நாங்க மூணுபேரும் ஒண்ணா சேர்ந்து வாழறோம். இங்க யாரும் பூச்சாண்டி இல்ல. யாரையும் புடிச்சி சாப்ட்டுரமாட்டோம். ஓகே?''

"சரிங்கம்மா. நாளைலேருந்து வேலைக்கு வந்துடறேன்'' என்று சொல்லிவிட்டுப் போய்விட்டாள்.

"கொஞ்சம் சங்கடம்தான்'' என்றான் விக்டர்.

"தெரியாதா?'' என்றான் மனோஜ்.

எல்லாம், எல்லாமே நாங்கள் முன்கூட்டி விவாதித்த விஷயங்கள்தான். எதுவும் புதிதில்லை. கொஞ்சநாள் இந்த வீடு ஒரு மிருகக் காட்சிசாலையாக இருக்கவேண்டியது காலத்தின் கட்டாயம். அடிக்கடி யாராவது வந்து பார்க்கத்தான் செய்வார்கள். சாலையில் போகும்போது பின்னால் கூடிப் பேசவும் செய்வார்கள். முகத்துக்கு நேரே புன்னகையும் முதுகுக்குப் பின்னால் ஏளனமும் தவிர்க்கமுடியாதவையாக இருக்கும். சில கதைகள் கூட புனையப்படலாம். அது, காலனியில் எத்தனை விடலைகள் இருக்கிறார்கள் என்பதைப் பொறுத்தது. என்னுடைய திறமை, என்னுடைய சாமர்த்தியம் என்று கற்பனையில் என்னை மறு உருவாக்கம் செய்து திறமை மிக்க கதாசிரியர்கள் ஏழெட்டு வரிகளுக்குள் வெடிச்சிரிப்பு தோன்றும் வண்ணம் சிறுகதைகள் சிலவற்றைப் படைத்துப் பிராந்தியமெங்கும் உலவ விடலாம். சர்தார்ஜி ஜோக்ஸ் போல, கங்குலி ஜோக்ஸ் போல அவந்திகா ஜோக்ஸ்.

"ஒன்று செய்யலாம் அவந்திகா'' என்று ஒரு முடிவுடன் எழுந்தான் விக்டர்.

"சொல்'' என்றான் மனோஜ்.

"இன்று மாலை இந்த வீதியில் இருக்கும் அத்தனை பேரையும் ஒரு சிறு தேநீர் விருந்துக்கு அழைப்போம்.''

“இண்ட்ரஸ்டிங்” என்றேன்.

“அவந்திகா, நீ டீ போடு. மனோஜ் போய் கொஞ்சம் கேக்குகளும் பிஸ்கட்டுகளும் வாங்கிவந்துவிடுவான். கூப்பிட்டு உட்காரவைத்து சாப்பிடக் கொடுத்துவிட்டு முறைப்படி நம்மை அறிமுகப்படுத்திக் கொண்டுவிடுவோம்.”

உடனே நான் சரி என்று சொன்னேன். மனோஜ் மட்டும் கொஞ்சம் யோசித்தான். இது வேண்டுமா என்று கேட்டான்.

“இதோ பார்! இது நமது பல்கலைக் கழகம் மாதிரியான இடம் இல்லை. நாம் வாழப்போகும் பிராந்தியம். அக்கம்பக்கத்து வீட்டாரின் அனுசரணை முக்கியம் என்று சொல்லவில்லை. குறைந்தபட்சம் அவர்களுக்கு நடுவில் நாம் சௌகரியமாக வாழ்ந்தாகவேண்டியதாவது முக்கியம். இதற்காக மனிதரில்லாத ஊரைத் தேடிப் போய்க்கொண்டிருக்க முடியாது” என்றான் விக்டர்.

நியாயம்தானே?

நாங்கள் மூவருமே வீட்டைப் பூட்டிக்கொண்டு வெளியே இறங்கினோம். வீதியில் இருந்த ஒவ்வொரு வீட்டுக்கும் படியேறிச் சென்று ஐந்து மணிக்கு எங்கள் வீட்டுக்கு வரச் சொல்லிவிட்டு வந்தோம். அனைவரும் கட்டாயம் வந்துவிடுவதாகச் சொன்னார்கள். சந்தேகமென்ன? நான்கு மணிக்கே எங்கள் வீடு நிறைந்துவிட்டாலும் வியப்பதற்கில்லை.

அத்தியாயம் ஒன்பது

எங்கள் வீட்டுப் புல்வெளியெங்கும் பிளாஸ்டிக் நாற்காலிகள் பயிரிட்டிருந்தோம். அதில் நிறைய மனிதப் பூக்கள் பூத்திருந்தன. வயதானவர்கள், நடுவயதுக்காரரர்கள், அதிகமும் பெண்கள், ஆங்காங்கே இளைஞர்கள்.

காலனிக்குப் புதிதாகக் குடிவரும் யாரும் இப்படியெல்லாம் பொதுக்குழு கூட்டி அறிமுகப்படுத்திக்கொள்வதில்லை. ப்ரொபசர்ஸ் மூணுபேரும் எல்லாத்துலயுமே தனி டைப்பு என்று ஆங்காங்கே புன்னகையுடன் அபிப்பிராயம் தெரிவித்தார்கள். சந்தேகமென்ன? நாங்கள் தனி ரகம்தான். சாதக பாதகங்கள் அனைத்தையும் அலசி ஆராய்ந்து, தீர்க்கமாக யோசித்தபிறகேதான் இம்முடிவுக்கு வந்தோம். ஒரு விஷயத்தில் அவர்கள் இருவரைக் காட்டிலும் நான் மிக உறுதியாக இருந்தேன். எக்காரணம் கொண்டும் இதனை மறைத்துவைக்கக்கூடியதொரு விஷயமாக நாங்கள் நினைக்கவே கூடாது. வெட்கப்படவோ, அவமானப்படவோ, நெஞ்சுக்குள் குறுகுறுக்கவோ, தலைகுனிந்து செல்லவோ ஒன்றுமில்லை. இது எங்கள் விருப்பம். இதுவே எங்கள் தேர்வு. நாங்கள் நண்பர்கள். மேலாகக் காதலர்களும் கூட. ஒருவருக்கொருவர் சரியான புரிதல் இருக்கிறது. நாலு பேர்

என்ன நினைப்பார்கள், என்ன சொல்வார்கள் என்பதற்காக எங்கள் விருப்பத்தைப் பின்னுக்குத் தள்ள நாங்கள் தயாராக இல்லை.

டீயும் கேக்குகளும் வழங்கப்பட்டன. மனோஜ் புன்னகையுடன் அனைவருக்கும் கோப்பைகளைத் தானே எடுத்துச் சென்று வழங்கிக்கொண்டிருந்தான். விக்டர் ஒவ்வொருவரிடமும் இரண்டு நிமிடங்களாவது அமர்ந்து கைகுலுக்கிப் பேசிக்கொண்டிருந்தான். எங்கள் வீட்டுக்கு எதிர் வீட்டுப் பெண்மணி என்னைத் தனியே வீட்டின் பின்புறம் அழைத்துச் சென்று அங்குமிங்கும் ஓரிரு முறை பார்த்துவிட்டு மிகவும் ரகசியமான குரலில் கேட்டாள். “நீங்கள்ளாம் படிச்சவங்க. நீங்களே இப்படி செய்யலாமா?”

நான் கோபப்படவில்லை. மாறாகப் புன்னகை செய்தேன்.

“எப்படி நடந்துக்கறோம்?”

“இப்படிக் கேட்டா என்ன சொல்றது? காலம் மாறிடுச்சிங்கறதுக்காகக் கலாசாரம் மாறிடுமான்ன? உங்க வீட்டுக்காரரு என்னமோ சொல்றாரே, அதெல்லாம் நிஜமா?”

“ஓ, விக்டரா.. அவர் என் வீட்டுக்காரர் இல்லே மாமி. இன்னொருத்தர் இருக்காரே, அவரும்கூட வீட்டுக்காரர் இல்லே. நாங்க மூணு பேரும் ஒண்ணா வாழறோம். அவ்ளோதான்.”

அந்தப் பெண்மணியின் அதிர்ச்சி மேலும் அதிகரித்திருக்கவேண்டும். முகம் ஒரு மாதிரி ஆகிவிட்டது. ஒரு பெண். அதுவும் இந்தியப் பெண். மேலும் தமிழ்ப்பெண். இப்படியா வெட்கமில்லாமல் பேசுவாள் என்று அவளுக்குச் சீயென்று ஆகியிருக்கவேண்டும். இதென்ன கலாசார சீரழிவு! சம்பவாமி யுகே யுகே.

“கேள்விப்பட்டபோது அப்படியெல்லாம் இருக்காதுன்னுதான் நினைச்சேன்” என்றார் ஏமாற்றமுடன். இருக்கவேண்டும் என்பதுதான் அவளது உள்மனத்தின் விருப்பமாக இருக்கவேண்டும் என்று புரிந்துகொண்டேன்.

“நீங்க கவலைப்பட வேண்டாம் மாமி. நாங்க ஒண்ணும் ஜந்துக்கள் இல்லே. சராசரி மனுஷங்கதான். மூணு வேளைதான் சாப்பிடுவோம். டெய்லி கரெக்டா குளிப்போம். யூனிவர்சிடில எங்க மூணு பேருக்குமே நல்ல பேர் உண்டு. சினிமா போவோம், டிவி சீரியல் பாப்போம், ஞாயித்துக்கிழமை ஆனா பகல்ல கொஞ்சநேரம் சோம்பேறித்தனம் கொண்டாடிட்டு, சாயங்காலமா ஓட்டல்ல போய் எதாவது சாப்ட்டு அப்படியே ஊர் சுத்திட்டு வர சராசரி ஆளுங்கதான். என்ன ஒரு வித்தியாசம், கொஞ்சம் படிக்கற பழக்கம் உண்டு. ஆந்திரபாலஜி என்னோட ஃபேவரிட் சப்ஜெக்ட்” என்றேன் சிரிக்காமல்.

“படிக்கறவா நடந்துக்கற விதமா தெரியலியே.. என்னமோ. பகவான் தான் காப்பாத்தணும்” என்று சொல்லிவிட்டு மேற்கொண்டு எதையும் கேளாமல் போய்விட்டாள்.

சந்தேகமென்ன? அவந்தான் காப்பாற்றவேண்டும். இந்தக் கிசுகிசுப் பிரியர்களிடமிருந்து எங்களை.

மாமி வீட்டுக்குப் போனதும் அவரது மகன் என்னிடம் வந்தான். ஹலோ மேடம் என்று கைகுலுக்கினான். எங்காவது தன் தாய் பார்க்கிறாளா என்று ஒருதரம் திரும்பிப் பார்த்துக்கொண்டபடி பேசினான். “இதெல்லாம் அவங்கவங்க பர்சனல் விஷயம். நம்ம மக்களுக்கு ஏன் புரியமாட்டேங்குதுன்னு தெரியல. யாரும் ரகசியமா பாக்கறபோதெல்லாம் கூடிக்கூடிப் பேசிக்காம இப்படி நீங்களே காலனில எல்லாரையும் கூப்பிட்டு அறிமுகப்படுத்திக்கிட்டது எனக்கு ரொம்பப் பிடிச்சிருக்கு. இப்படித்தான் போல்டா இருக்கணும்” என்று சொன்னான்.

சிரித்தேன். என் அழகை அவன் ரசிப்பது அவன் கண்ணில் தெரிந்தது. கைகுலுக்கியதிலேயே வித்தியாசம் உணரமுடிந்தது. ஐயோ பாவம் என்று நினைத்துக்கொண்டேன். எப்படியும் ஓரிரு மாதங்களில் அவசியம் எனக்குக் காதல் கடிதம் தர முயற்சி செய்வான் என்று தோன்றியது. அப்படித் தரும்போது, ‘உன் அம்மாவிடமிருந்து வெளிப்படையாக இருப்பது எப்படி என்று கற்றுக்கொள்’ என்று சொல்லவேண்டும்.

எங்களது அந்த டீ பார்ட்டி முயற்சி ஒருவகையில் வெற்றி என்றுதான் சொல்லவேண்டும். பொக்கிஷம் போன்றதொரு ரகசியமாகப் பிறர் கருதக்கூடிய விஷயத்தை நாங்கள் சபை நடுவே போட்டு உடைத்துவிட்டோம். எங்களிடம் எந்த ரகசியமும் இல்லை. எந்தவித கலாசார சீரழிவுக்கும் நாங்கள் துணை போகவில்லை. சாலையில் எங்களைப் பார்த்தால் நீங்கள் தயங்காமல் புன்னகை செய்யலாம். ஹலோ சொல்லலாம். நாங்கள் கடந்து சென்றபின் அடுத்தவர் காதோரம் கிசுகிசுக்க மிச்சமேதுமில்லை. நாங்களேதான் சொல்லிவிட்டோமே? ஆமாம், நாங்கள் சேர்ந்து வாழ்கிறோம். இருவரல்ல; மூவர்.

“நல்ல குண்டு தைரியம்” என்றார் வேறொரு பெண்மணி. இவர் இரண்டு வீடுகள் தள்ளி வசிக்கும் ஒரு சார்ட்டர்ட் அக்கவுண்டண்டின் திருமதி.

எனக்கு அந்த அபிப்பிராயம் பிடித்திருந்தது. வெறும் தைரியம்; குண்டு தைரியம். சந்தேகமில்லை. குண்டு தைரியம்தான். எப்போதும் குனிந்து கல்லெடுக்கக் காத்திருக்கும் சமூகத்தின்மீது பயமில்லை என்று பகிரங்கமாக அறிவித்த லாகவம். அது ஒரு சாதனைதான் என்று சொல்லவேண்டும். நாளைக்கே யாராவது பத்திரிகை நிருபர் விஷயம் கேள்விப்பட்டு பேட்டி என்று வரலாம். கற்பனை வளம் மிக்க கதாசிரியர்கள் இதனைவைத்துக் கதையோ காவியமோ காப்பியமோ படைக்கலாம். அவரவர்களுக்கான ராயல்டி ஒழுங்காகக் கிடைத்துவிடுகிற பட்சத்தில் எங்களுக்கு ஒன்றும் ஆட்சேபணை இல்லை. நாங்கள் எங்கள் வாழ்க்கையை வாழ்கிறோம். அவ்வளவுதான்.

“உங்க அப்பா, அம்மாவுக்கு இதுல சம்மதமா?” என்று கேட்டார் இன்னொரு பெண்மணி.

நான் யோசித்தேன். அநேகமாகத் தெரிந்திருக்கலாம் என்கிற என் பதில் அவருக்குக் கண்டிப்பாகப் புரியாது. ஒரு மாதம் முன்பு எங்கள் பல்கலைக் கழக ஊழியர் ஒருவர் திருச்சிக்கு ஏதோ சொந்தவேலையாகப் போயிருந்தார். திருவானைக்காவில் என் அப்பாவைப் பார்த்ததாகவும் சிறிதுநேரம்

பேசிக்கொண்டிருந்ததாகவும் சொன்னார். அப்பா சௌக்கியமாக இருக்கிறாரா என்று விசாரித்தேன். நன்றாகத்தான் இருக்கிறார். முட்டிவலிதான் மிகவும் படுத்துகிறது என்று சொன்னார்.

வயதானால் எலும்புகள் தேயும். முட்டி வலிக்கும். முதுகு வலிக்கும். தோள்பட்டை அடிக்கடி வலித்து நெஞ்சு வலியோ என்கிற சந்தேகத்தைத் தரும். பாவம் அப்பா. அம்மா நடமாடிக்கொண்டிருந்தகாலம்வரைஅவருக்குஎந்தப்பிரச்னையும் இருக்கவில்லை. அவரது பாதம் தரையில் படாதபடிக்குத்தான் தாங்கினாள். குளிக்கலாம் என்று நினைப்பதற்கு முன்னால் பாத்ரூமில் டவலும் சோப்பும் தயாராக இருக்கும். சாப்பிட உட்காரும்போதே சாப்பிட்டபிறகு அமர சாய்வு நாற்காலியை விரித்து வைப்பாள். தலைவலித்தால் தைலம். கால் வலித்தால் மெத்தென்று ஒத்தடம். அவரது சிரிப்புக்கும் கோபத்துக்கும் அன்புக்கும் அரவணைப்புக்கும் ஆங்காரத்துக்கும் அழுகைக்கும் அம்மாவின் உலகத்தில் அர்த்தம் ஒன்றே ஒன்றுதான். என் புருஷன். அத்தனை குறைகளுடனும். அத்தனை நிறைகளுடனும்.

அம்மா ரிஷி பத்தினி. அப்பா ஒரு ரிஷியாக இல்லாதபோதிலும். எனக்கு எப்போதும் இது தோன்றும். மிகவும் காலம் பிந்திவந்துப் பிறந்துவிட்டாளோ? திருவானைக்கா சீனிவாச நகரில் என் அம்மாவின் பதிபக்தி மிகவும் பிரசித்தம். இந்தக் காலத்தில் இப்படிக்கூட ஒருத்தர் வாழமுடியுமா என்கிற அளவுக்கு அவள் வாழ்ந்து காட்டினாள்.

அவள் ஆஸ்துமாவில் விழுந்தது ஒருவகையில் அப்பாவுக்குப் பேரிடி என்றுதான் சொல்லவேண்டும். நம்பவேமுடியவில்லை அவரால். “ஏண்டி, உங்கம்மாவுக்குக் கூட உடம்புக்கு வருமாடி? என்னால நம்பவேமுடியலியேடி குழந்தே?” என்று மாய்ந்து போனார். யோசித்துப் பார்த்தேன். நினைவு தெரிந்தநாளாக ஒரு தலைவலி ஜுரம் என்று கூட என் அம்மா படுத்ததில்லை. நோய்வாய்ப்படும் உடம்பல்ல அது. டால்மியா சிமெண்டைப் போல் வஜ்ரத்தால் செய்தது என்று அப்பா எப்போதாவது கமெண்ட் அடிப்பார். “எல்லாம் போரும். வாயமூடுங்கோ” என்று அம்மா செல்லமாக ஒரு சத்தம் போட்டு அடக்கிவிடுவாள்.

கோயிலும் வழிபாடும் பூஜைகளும் விசேஷங்களுமாக எப்போதும் மங்களகரமாகவே இருக்கும் எங்கள் வீடு. அம்மாவின் ஆசாரத்துக்கும் அப்பாவின் பக்திக்கும் நிகரே சொல்லமுடியாது. தென்னூர் ரயில்வே ஸ்டேஷனில் அவர் உதவி ஸ்டேஷன் மாஸ்டராக இருந்தார். பணியில் இருந்தபோது மத்தியான வேளைகளில் பேண்ட் போட்டபடிக்கே மாத்யான்னிகம் செய்வது அவர் வழக்கம். மரபுகளில் ஆழ்ந்த நம்பிக்கையும் சடங்கு சம்பிரதாயங்களில் தீர்மானமான பற்றுதலும் கொண்டவர் அவர்.

யோசித்துப் பார்த்தால் என் வீட்டில் அல்ல; எங்கள் வம்சத்திலேயே நாஸ்திக மனோபாவம் கொண்ட முதல் ஆள் நாந்தான். கடவுள் இல்லை என்று முதல் முதலில் என்னுடைய பதினெட்டாவது வயதில் வீட்டில் சொன்னேன். அப்பாவும் அம்மாவும் மிகவும் அதிர்ச்சியடைந்தார்கள். ஓரிரு தினங்கள் என்னுடன் அவர்கள் பழகிய விதமே புதுமாதிரியாக இருந்தது. அந்த அன்பில் குறைச்சல் இல்லை. அக்கறையில் மாற்றமில்லை. ஆனால் பேச்சில் ஒரு விலகலை உணர்ந்தேன். என்ன இது என்ன இது என்று அவர்கள் மனத்துக்குள் அலையடித்துக்கொண்டிருந்த வேதனையை என்னால் புரிந்துகொள்ள முடிந்தது. ஆனால் செய்வதற்கு ஒன்றுமில்லை என்று நினைத்துக்கொண்டேன்.

ஒரு வாரம் கழித்து ஒருநாள் அப்பா என்னைத் தனியே அழைத்தார். என் கூந்தலை வருடிக்கொடுத்தார்.

“படிப்பெல்லாம் எப்படிம்மா போறது?” என்று கேட்டார்.

ஓ, அதற்கென்ன. எப்போதும்போல் வகுப்பில் நான் முதல் மாணவி என்று பதில் சொன்னேன்.

அப்படியா? ரொம்ப சந்தோஷம். பகவத் க்ருபை என்று சொன்னார். நான் பதிலேதும் சொல்லவில்லை. சில வினாடிகள் அவர் மௌனமாக ஏதோ யோசித்துக்கொண்டிருந்தார். சட்டென்று பேச ஆரம்பித்தார்.

“குழந்தே, ஆஸ்திகம் எப்படி ஒசத்தியோ அதேமாதிரிதான் நாஸ்திகமும். நான் அதை தப்பு சொல்லமாட்டேன். நன்னா

யோசிச்சி, புத்தி தெளிவாகி, பரமாத்மாதான் எல்லாம்னு புரியறது, நம்பறது ஒரு ஒசந்த ஸ்தானம். அதே புத்தி அதேமாதிரி நன்னா யோசிச்சி, பரமாத்மான்னு ஒண்ணு கிடையாதுன்னு ஒரு தீர்மானத்துக்கு வருதுன்னா அதையும் மதிச்சாகணும். என்னை மாதிரியே நீயும் யோசிக்கணும்னு உன்னை நான் நிர்ப்பந்தம் பண்ணமுடியாது. ஆனா நீ எப்படி சொல்லியிருக்கணும் தெரியுமோ? கடவுள் இல்லைன்னு சொல்லியிருக்கக் கூடாது. கடவுள் இல்லைன்னு நான் நம்பறேன்னு சொல்லியிருக்கணும்'' என்று சொன்னார்.

அம்மாவும் கேட்டுக்கொண்டுதான் இருந்தாள். முந்தானையால் கண்ணை அவள் ரகசியமாகத் துடைத்துக்கொண்டதையும் பார்த்தேன்.

எனக்கு அப்பாவின்மீது மிகப்பெரிய மரியாதை உண்டானது. பெற்ற மகளே ஆனாலும் என் சிந்தனையை, தீர்மானத்தை, அபிப்பிராயத்தை மதிப்பது என்பது எத்தனை உயரிய சுபாவம்? எத்தனை அப்பாக்களுக்கு இது சாத்தியம்?

''ஸாரிப்பா. நான் சொன்னவிதம் தப்புதான். உங்கள அது கஷ்டப்படுத்தியிருந்தா நிஜமாவே ரொம்ப ஸாரி.''

அப்பா புன்னகை செய்தார். அதன்பின் என் நம்பிக்கைகள் குறித்து அவரோ அம்மாவோ ஒருபோதும் கருத்து சொன்னதில்லை. அம்மாவின் அபிப்பிராயம் தெரிந்துகொள்ளவேண்டும் என்று சிலகாலம் ஆசைப்பட்டேன். அப்பாவின் ஒரு பார்வையில் அவள் தன் கருத்துகளைப் புதைத்துக்கொண்டுவிட்டாள். 'தீபாவளி வருது. புதுசு உடுத்திப்பியோல்லியோ?' என்று மட்டும் கேட்பாள். அதுக்கென்னமா, புதுசு கட்டிக்கக் கசக்குதா என்பேன். அப்பாவும் அம்மாவுமாகப் போய் புதுத்துணி எடுத்துவருவார்கள். உடுத்திக்கொண்டு அவர்களுடன் பட்டாசு வெடிப்பேன். பட்சணம் சாப்பிடுவேன். அப்பா தர்ப்பணத்துக்கு அமரும்போது எழுந்து வேறிடம் போய்விடுவேன்.

ஒரே பெண் குழந்தை இப்படியானது குறித்து அவர்களுக்கு வருத்தமில்லாமல் இருக்கமுடியாது. அதை வெளிப்படுத்தாத

பெருந்தன்மை எனக்கு மிகவும் முக்கியமாகப் பட்டது. அதனாலேயே என் வாழ்க்கையில் என் பெற்றோருக்கு நானளித்த இடம், இதர மைந்தர்கள் அளிக்குமிடத்தைக் காட்டிலும் அதிகம் என்றானது.

அவர்களுக்கு நானளித்த இரண்டாவது அதிர்ச்சி இன்னும் மோசமானது. எனக்கு அவர்கள் வரன் பார்த்த சந்தர்ப்பத்தில் அது நிகழ்ந்தது.

அத்தியாயம் பத்து

எனக்கு மிக நன்றாக நினைவிருக்கிறது. அன்றைக்குப் பொன் கிடைத்தாலும் கிடைக்காத புதன். ரயில்வே லைனை ஒட்டிய வீதியில் என் சிநேகிதி ஒருத்தியைப் பார்ப்பதற்காகக் கல்லூரி முடித்து நேரே போயிருந்தேன். இருட்டி ஒரு மணிநேரம் ஆகியிருக்குமோ என்னமோ. என்னமோ ஒன்றுமற்ற இனிப்புச் சொற்களைஅசைபோட்டுவிட்டு, கிளம்பட்டுமாஎன்றுகேட்டேன். காற்றில் தனியொரு குளுமை சேர்ந்து ஜன்னல் வழியாக வந்து என் மேனி தொட்டது. சில வினாடிகள் இருக்குமா? அப்படியே கண் மூடி லயிக்கத் தொடங்கினேன். திருவானைக்காவில் வீடு வாங்கினார்களே, இந்த ரயில்வே சாலையில் வாங்கியிருக்கக் கூடாதோ என்று எண்ணிக்கொண்டேன். அந்தக் குளுமையும் அரையிருள் நிரந்தரமாகத் தங்கிய சாலையும் ஆளரவமற்ற வீதியில் திடீர் திடீரென்று மிதந்துவரும் நாகஸ்வர இசையும் அனுபவிக்கும்தோறும் சிலிர்ப்பூட்டக்கூடியது.

ஷேக் சாஹேப். நீங்கள் எப்போதாவது கேட்டிருக்கிறீர்களா? திருவானைக்காவில்தான் கேட்டிருக்கவேண்டுமென்பது கூட இல்லை. ஆல் இந்தியா ரேடியோவில்? எனக்கு ஷேக் சின்ன மௌலானா மீது மிகப்பெரிய மதிப்புண்டு. என்ன ஒரு கலை

நேர்த்தி. அத்தனாம்பெரிய வாத்தியத்தை அவர் ஒரு குழந்தையைத் தூக்கி முத்தமிடுவது போல உதட்டில் பொருத்தி வாசிக்கத் தொடங்கினால் இன்றைக்கெல்லாம் கேட்டுக்கொண்டே இருக்கலாம். ஒரு பாகேஸ்ரீ. ஒரு தேவகாந்தாரி. ஒரு நளினகாந்தி. போதும். அத்தோடு செத்தேகூடப் போய்விடலாம்.

ஷேக் சாஹேப் சாதகம் செய்யும்போது பலசமயம் நான் அவர் வீட்டு வாசலில் ஒதுங்கி நின்று கேட்டிருக்கிறேன். சமயத்தில் அவரது மகனும் உடன் சேர்ந்து வாசிப்பார். தவில் துணையில்லாமல் நாகஸ்வர இசையில் கரைய நேர்வது மிகப்பெரிய அனுபவம். அதுவும் ஆலாபனைகளில். திருவானைக்கா ரயில்வே கேட்டைக் கடந்து செல்லும் அத்தனை ரயில் பயணிகளுக்கும் ஷேக் தன் ஆசீர்வாதத்தை காற்றில் ஏற்றி அனுப்புவதாகச் சொற்களற்றுத் தோன்றும்.

“மாலு, இந்த ஒரே காரணத்துக்காகவாவது நான் உன்னைப் பார்த்துப் பொறாமைப்படுகிறேன்” என்றேன் என் சிநேகிதியிடம்.

அவள் சிரித்தாள். தினசரி கேட்டுக்கொண்டிருப்பவள் அல்லவா. பரவசம் நீங்கி, சாதாரணத்துவம் வந்திருக்கக் கூடும். நாந்தான் பைத்தியக்காரி. சற்றும் எதிர்பார்க்கமுடியாத கணங்களில் காதுகளை வந்து வருடும் அவரது ஒவ்வொரு இசைத்துணுக்குக்கும் என்னை இழந்துகொண்டிருந்தேன்.

ஒரு மணிநேரமா, இரண்டு மணி நேரமா. மாலுதான் என்னை சகஜ நிலைக்கு மீட்டுவந்தாள். “ஏய், நீ கிளம்பவேண்டாமா?”

கிளம்பத்தான் வேண்டும். உடம்பிலிருந்து ஏதோ ஓர் உறுப்பைப் பிடுங்கி வைத்துவிட்டுப் போவது போல இருந்தது. இஷ்டமே இல்லாமல்தான் கிளம்பினேன். வீட்டு வாசலுக்கு வரும்போது வீதி முனையில் என் அப்பா நடந்துவருவதைப் பார்த்தேன்.

இவர் எதற்கு இங்கே வருகிறார்? எனக்கு சற்றே வியப்பாக இருந்தது. வேகமாக அருகே போய், “ என்னப்பா?” என்றேன்.

“நெனச்சேன், நீ இங்கதான் இருப்பேன்னு. கொஞ்சம் உடனே என் கூட வருவியா? முக்கியம்” என்றார் சற்றே அவசரமாக.

என்ன ஏது என்று நான் கேட்கவில்லை. மாலுவுக்குக் கையசைத்துவிட்டு அவருடன் நடக்கத் தொடங்கினேன். எங்கள் சீனிவாச நகர் எல்லையைத் தொட்டு வீட்டை நெருங்க நூறடி இருக்கும்போது அப்பா மெல்ல ஆரம்பித்தார்.

''அவந்திகா.. நம்மாத்துக்கு ஒருத்தர் வந்திருக்கார். உன்னைப் பாக்கணுமாம்''

நான் குழப்பமாக அவரைப் பார்த்தேன். ''யாருப்பா?''

''அவா தேரெழுந்தூர். நாப்பது ஏக்கரா நஞ்சை இருக்கு. பரம்பரை பரம்பரையா பள்ளிக்கூட வாத்தியாரா இருந்துண்டிருக்கா. ஒரே பிள்ளை. இங்கதான் பக்கத்துல தென்னூர்ல வாத்தியாரா இருக்காராம்..''

முதலில் எனக்கு அப்பா இந்தக் கோவையற்ற சொற்றொடர்களின் மூலம் எதை விளங்க வைக்கப் பார்க்கிறார் என்பது புரியவில்லை. யோசித்தபடியே வீட்டை அடைந்தோம்.

வாசலில் இரண்டு ஜோடி செருப்புகள் புதிதாகக் கிடந்தன. உள்ளே என் பெற்றோர் அளவே வயதான தம்பதியர் அமர்ந்திருக்க, என் அம்மா எதிரே தூண் ஓரம் நின்று மரியாதையுடன் பேசிக்கொண்டிருக்கக் கண்டேன். என்னைப் பார்த்ததும், 'தோ, வந்துட்டாளே' என்று கூவியதில்தான் என்ன ஒரு பரவசம்.

எனக்குப் புரிந்துவிட்டது. அப்பாவைப் பார்த்தேன். என்ன சொல்லலாம், அல்லது ஏதாவது சொல்லத்தான் வேண்டுமா என்கிற விதத்தில் இருந்தது அவரது முகபாவம். ''வந்து சேவிச்சிட்டு உள்ள போயிடும்மா'' என்றார் அப்பா.

எதற்கு என்று கேட்க நினைத்தேன். இதென்ன அபத்தம் என்று தோன்ற, அவருக்கு பதில் சொல்லாமல் நேரே அவர்கள் எதிரே போய் நின்று வணக்கம் சொன்னேன்.

''வாம்மா'' என்றார் அந்தப் பெண்மணி.

''இவதான் எம்பொண்ணு அவந்திகா. காலேஜ் போயிண்டிருக்கா. இது கடைசி வருஷம். இன்னும் இருவது நாள்ள பரீட்சை

வந்துடறது'' என்றாள் என் அம்மா. நான் எனக்குள் சிரித்துக்கொண்டேன்.

“பொண்ணு படிச்சிருக்கறது நல்ல விஷயம்தாம்மா. இந்தக் காலத்துல தற்குறியா இருந்து வாழ்ந்துடமுடியுமோ?'' என்றார் என் தந்தை வயதே ஆன அந்தப் புதிய மனிதர்.

“ஆனா படிப்புங்கறது உத்தியோகம் பார்க்கறதுக்குத்தான்னு சிலபேர் நெனச்சிண்டுடறா.. தேவையே இல்லே.. குறிப்பா எங்காத்துல பொம்மனாட்டிகள் உத்தியோகத்துக்குப் போற வழக்கமில்லே.. எம்புள்ளையும் அதெல்லாம் வேண்டாம்னுதான் சொல்றான்'' என்றார் அந்தப் பெண்மணி.

நான் அம்மாவைப் பார்த்தேன். நிறுத்தி நிதானமாக அப்பாவையும் ஒருகணம் பார்த்தேன். என் பெற்றோரே, நீங்கள் என்னை மன்னித்துத்தான் ஆகவேண்டும். நான் சில சொற்கள் பேசவேண்டியிருக்கிறது. நிச்சயம் அவை உங்களுக்கு உவப்பானவையாக இருக்கப்போவதில்லை என்பதில் எனக்கு சந்தேகமில்லை. ஆனாலும் என்னை மையமாக வைத்து இங்கே முன்பின் தெரியாத இரண்டு பேர் விவாதித்துக்கொண்டிருக்கும்போது நான் பேசாதிருப்பது சாத்தியமில்லை.

“உக்காரும்மா. எங்களுக்கு இந்த ஃபார்மாலிடீஸெல்லாம் பிடிக்காது. இந்தா என் பையன் போட்டோ. பிடிச்சிருக்கா சொல்லு. பொண்ணு பாக்க வர்றது என் வேலை இல்லே, பெத்தவா நீங்க பார்த்து யாரைப் பண்ணிக்க சொல்றேளோ, பண்ணிக்கறேன்னுட்டான் எம்பிள்ளை,'' என்று பெருமையுடன் சொன்னார் அந்தப் பெண்மணி.

அவர் நீட்டிய போட்டோ அந்தரத்தில் தொங்கிக்கொண்டிருந்தது. நான் கையை நீட்டக்கூடாது என்பதில் உறுதியாக இருந்தேன். ஏதாவது ஓரிடத்தில் தொடங்கித்தானே ஆகவேண்டும்?

என் அம்மாதான் முதலில் கவனித்தது. அரை வினாடிக்கும் குறைவான நேரம்தான் ஆகியிருக்கும். முகத்தில் சட்டென்று

விரிந்த புன்னகையின் போர்வையில் எனது அவமரியாதையை மறைத்து முன்னே வந்து அந்தப் போட்டோவை வாங்கிப் பார்த்துவிட்டு அப்பாவிடம் நீட்டினாள்.

''ஏம்மா, நீ பாக்கலியா?'' அந்தப் பெண்மணி விடுவதாக இல்லை.

யோசித்தேன். சரி, சொல்லிவிடலாம் என்று முடிவு செய்து, ''ஸாரி. எனக்கு இதுலல்லாம் இஷ்டம் இல்லை. நீங்க கௌம்பலாம்'' என்றேன் நேராக அவர் கண்ணைக் கூராகப் பார்த்து.

வீட்டுக்கு வெளியே சூழல் மிகவும் குளிர்ந்திருப்பது போலப் பட்டது. அவ்வப்போது கதறியபடி ஓடும் ஆட்டோ சத்தம் கூட ஏனோ இல்லை. மாலதி வீட்டின் வாசல் அறையில் அமர்ந்தபடி கேட்ட ஷேக் சாஹேபின் நாகஸ்வர இசையின் மிச்சம் இன்னமும் என் காதுகளில் தங்கியிருந்ததை உணர்ந்தேன். ஒரு பதற்றமோ, பயமோ, சங்கடமோ, சிக்கல் மிக்க காட்சியொன்றின் முக்கியப் பாத்திரமாக அமைந்துவிட நேர்ந்த அவலமோ மனத்தில் துளியும் இல்லை.

அவர்கள்தான் அதிர்ச்சியில் புலம்பிக்கொண்டிருந்தார்கள். என்னதிது, என்னதிது என்று வார்த்தைக்கு வார்த்தை அப்பாவையும் அம்மாவையும் பார்த்துக் கேட்டுக்கொண்டிருந்தார்கள். முன்னதாக அவர்கள் ஓரிரு பெண்களைப் பார்க்கப் போயிருக்கக் கூடும் என்று தோன்றியது. யாரும் இப்படியெல்லாம் அவர்களுக்கு அதிர்ச்சி வைத்தியம் அளித்திருக்கப் போவதில்லை. நிராகரித்துப் பழக்கப்பட்டவர்களுக்கு இந்த எதிர்த்தரப்பு நிராகரிப்பு சற்று வேறுவிதமாகத்தான் இருந்திருக்க வேண்டும்.

''தப்பா நினைச்சிக்காதிங்கோ. நீங்க வரப்போற விஷயம் அவளுக்குத் தெரியாது. சட்டுனு இப்படின்னதும் கொஞ்சம் பதட்டமாயிட்டான்னு நினைக்கறேன்'' என்று வாசலில் அப்பா அவர்களிடம் மன்றாடிக்கொண்டிருந்தது காதில் விழுந்தது. நான் ஒன்றும் செய்வதற்கில்லை என்று நினைத்துக்கொண்டேன்.

அம்மா என்னிடம் ஏதும் பேசவில்லை. அவர்களை அப்பா வழியனுப்பிவிட்டு வந்தபிறகு, ''நீங்க செஞ்சது தப்பு. அவளுக்கு

சம்மதமிருக்கான்னு ஒரு வார்த்தை கேட்டிருக்கணும்'' என்று அம்மா அவரிடம் சொன்னது காதில் விழுந்தது. மூன்றே பேர் கொண்ட மிகச் சிறிய குடும்பம். அம்மா சமையல் அறையிலும் அப்பா வாசல் திண்ணையிலும் நான் என் அறையிலுமாக சுமார் ஒரு மணி நேரத்தைக் கொன்றிருப்போமா?

நான் தான் முதல் முதலில் அந்தக் கொடுமையான மௌனத்தைக் கலைத்தேன். நேரே வாசலுக்குப் போய் அப்பாவின் தோளைத் தொட்டேன். தியானத்திலிருந்து விழிப்பவர் மாதிரி ''என்னம்மா?'' என்றார் ஒன்றுமே நடவாதது போல.

''சாரிப்பா'' என்றேன் மெதுவாக.

''பரவால்லே கொழந்தே. உங்கம்மா சொன்னது மாதிரி உனக்கு இதுல சம்மதம் இருக்கான்னு நான் கேட்டிருக்கணும். என்னமோ பைத்தியக்கார புத்தி. எம்பொண்ணு என்பேச்ச தட்டமாட்டான்னு நெனச்சிட்டேன்'' என்றார் ஏமாற்றமுடன்.

இம்மாதிரியான தருணங்கள் அடிக்கடி நேர்வதில் எனக்கேதும் சங்கடங்கள் இல்லை என்றாலும் வயதான என் பெற்றோரின் மனத்தை அடிக்கடி வருத்துவது தவறு என்று நினைத்தேன். பொதுவாக எல்லாவற்றுக்கும் சேர்த்து ஒரு சில சொற்களை அவர்களுக்கு அளித்துவிட முடிவு செய்தேன்.

அவர் அருகே அமர்ந்து கைகளைப் பிடித்துக்கொண்டேன். ''அப்பா, நீங்க என்னை மன்னிச்சித்தான் ஆகணும். செஞ்சதுக்கு, செய்யப்போறதுக்கு எல்லாத்துக்கும் சேர்த்து'' என்று ஆரம்பித்தேன்.

நான் திரும்பிப் பார்க்கவில்லை என்றாலும் கதவருகே அம்மா வந்து நின்றுகொண்டிருப்பதை உணரமுடிந்தது. மனத்தை திடப்படுத்திக்கொண்டு சொன்னேன்.

''எனக்காக நீங்க வரன் பாக்கறது எல்லாம் வேண்டாம்பா.. எனக்கு இந்தமாதிரியான கல்யாண ஏற்பாட்டுல இஷ்டம் இல்லே. சம்பிரதாயங்களெல்லாம் எனக்கு சரிப்பட்டு வரும்னு தோணலை.

நான் மெட் ராஸ் போகப்போறேம்பா.. ஹாஸ்டல்ல தங்கி மேல படிக்கலாம்னு ஐடியா''

அப்பா எதுவும் சொல்லவில்லை. சில நிமிடங்கள் அமைதியாக இருந்துவிட்டுப் புன்னகை மட்டும் செய்தார்.

''உன் இஷ்டம்மா'' என்றார் பிறகு.

இரவு அவர் தூங்கவில்லை என்பதை நானறிவேன். ஆனால் அன்று தொடங்கி அவருக்குத் தூக்கமே இல்லாமல் போகும் என்று நான் எதிர்பார்க்கவில்லை.

அத்தியாயம் பதினொன்று

திருமணஞ்சேரியிலிருந்து தாத்தா வந்திருந்தார். அம்மாவுக்கு திக்கென்று ஆகிவிட்டது. என்றுமில்லாத திருநாளாக இவர் மகன் வீட்டுக்கு வந்து சீராட இன்றுதானா கிடைத்தது?

விடிந்ததிலிருந்தே சீனிவாசநகர் முழுக்க என் பிரதாபம் பெரிதாகப் பேசப்படத் தொடங்கிவிட்டிருந்தது. பொண்ணு பாக்க வந்தவாள திருப்பி அனுப்பிட்டாளாமே. போதாது? ஒற்றைச் சொற்றொடருக்கு இறக்கை முளைத்து விதவிதமான யூகங்கள், செய்திகளாக உருப்பெற்று ஊரை வலம்வரத் தொடங்கியிருந்த வேளையில்தான் திருமணஞ்சேரியிலிருந்து தாத்தா வந்து சேர்ந்தார். என் அப்பாவின் அப்பா.

"சௌக்கியமா இருக்கியோ குழந்தே?" என்றார் பாசமுடன்.

ஆஹா, என் சௌக்கியத்துக்கு என்ன குறைச்சல்? இங்கே என் அப்பா, அம்மாவின் சௌக்கியம்தான் பறிபோய்க்கொண்டிருக்கிறது.

தாத்தா பொதுவாகக் காலை வேளைகளில் ஆகாரம் ஏதும் உட்கொள்வதில்லை. ஒரு சொம்பு பச்சைத் தண்ணீர். ஒரு கவுளி வெற்றிலை. வாசல் திண்ணைக்கு வந்து உட்கார்ந்துவிட்டார் என்றால் அவருக்கு நேரம் போவதே தெரியாது. பிற்பகல் ஒரு

மணிக்கு சாப்பாடு முடித்து அரை மணி படுத்தால் ஒரு சிறிய கோழித்தூக்கம். சட்டென்று எழுந்து ஏதாவது சமஸ்கிருதப் புத்தகத்தை எடுத்து வைத்துக்கொண்டு உட்கார்ந்துவிடுவார். மாலை வரை இடத்தை விட்டு நகராமல் அப்படியொரு படிப்பு. வெயில் மறைந்ததும் சிறிதுதூர நடந்துவிட்டு வந்து ஏழு மணிக்கெல்லாம் இரண்டு இட்லிகளைச் சாப்பிட்டுவிட்டுப் படுத்துவிடுவார்.

எண்பது வயதில் அவருக்கு இருந்த உடலுறுதி, ஐம்பதுகளில் இருந்த என் அப்பாவுக்கு இல்லை என்று எப்போதும் நினைத்துக்கொள்வேன். மாதம் ஒருமுறை வருவார் தாத்தா. இரண்டு நாள் இருப்பார். “வரேண்டா.. உடம்ப பார்த்துக்கோ. சக்கரைக்கு மருந்து சாப்ட்டுண்டிருக்கியோன்னோ?” என்று கேட்டுவிட்டு கிளம்பிவிடுவார்.

ஒண்டிக்கட்டையாக ஊரில் சமைத்துச் சாப்பிட்டுக்கொண்டு, கோயில், சேவை என்று பொழுதை ஓட்டிக்கொண்டிருக்கும் கிழவர். கடுமையான ஆசாரசீலர். தாத்தா வரும்போதுமட்டும் என் அம்மா தினப்படிக்கே மடிசார் கட்டிக்கொள்வதைப் புன்னகையுடன் பார்த்து ரசிப்பேன். அவளும் அரைக்கிழவி என்றாலும் முழுக்கிழவருக்கான மரியாதையை அளித்துத்தானே தீரவேண்டியிருக்கிறது?

மரபுகளையும் சம்பிரதாயங்களையும் ரத்தமும் சதையுமாகக் கருதிய தலைமுறையை எண்ணி அவ்வப்போது வியந்துகொள்வேன். எப்படிப் பார்த்தாலும் இந்தக் குடும்பத்துக்கு நானொரு வேண்டாத பிற்சேர்க்கை என்றுதான் அப்போதிலிருந்தே எனக்குத் தோன்றும். என்னுடைய நாத்திக மனப்பான்மையெல்லாம் தாத்தாவுக்குத் தெரியாது. நான் படிக்கும் புத்தகங்களையெல்லாம் அவர் வரும்போது அம்மா எடுத்து ஒளித்துவைத்துவிடுவாள்.

“இஷ்டம் இல்லாட்டாலும் ரெண்டு நாள் நடி. ஒண்ணும் தப்பில்லே.. உக்காந்து சகஸ்ரநாமம் சொல்லு” என்று காதோரம் உத்தரவிட்டுவிட்டுப் போவாள். சிரித்துக்கொண்டே தலையாட்டுவேன். தாத்தாவின் பக்கத்தில் போய்

உட்கார்ந்துகொண்டு ஸ்பஷ்டமாக சகஸ்ரநாமம் சொல்லுவேன். ஸ்ரீசூக்தம் சொல்லுவேன். ரகுவீர கத்யம் சொல்வேன்.

'என்ன ஞானம், என்ன ஞானம்!' என்று தாத்தா கண்கள் மூடிப் பரவசப்பட்டுப்போவார். இதில் ஞானமேது? வெறும் மனப்பாடத் திறமை. மிகச்சிறு வயதுகளில் உட்கார வைத்து என் புத்திக்குள் திணிக்கப்பட்ட சொற்கோவைகள். கடவுள் இல்லை, பரம்பொருள் பொய் என்று புத்தியின் அத்தனை செல்களும் அடித்துச் சொன்னால் மட்டும் இந்தச் சொற்கோவைகள் அழிந்துவிடுமா என்ன? காரை பூசிக் காயவைத்த சுவராக மூளையின் அடிப்பரப்பில் நிரந்தரத்துவம் பெற்றுவிட்டவை.

ஆனால் என் அம்மாவுக்கு அதுவே போதுமானதாக இருந்தது. பெரியவர்கள் வரும்போதாவது குழந்தை சொன்னபேச்சு கேட்கிறதே? என்னமோ போ. அந்த பகவான் தான் உனக்கு நல்லபுத்தி குடுக்கணும்.

பத்துமணிக்கு போஸ்ட் ஆபீஸ்காரர் அலுவலகம் போகிற வழியில் எங்கள் வீட்டுத்திண்ணையில் தாத்தாவைப் பார்த்துவிட்டு வணக்கம் சொன்னபடியே வந்து உட்கார்ந்தார். சௌக்கியந்தானே? ஊரில் பெருமாளும் தாயாரும் சுகமா? உடம்புக்கு ஒன்றுமில்லாமல் இருக்கிறதா? பிள்ளையைப் பார்த்துவிட்டுப் போகலாம் என்று வந்திருக்கிறாரா? பேஷ் பேஷ். என்ன செய்வது? அந்தக் காலத்து வளர்ப்பெல்லாம் நன்றாகத்தான் இருக்கிறது. இப்ப முளைவிட்டதெல்லாம்தான் தத்தாரியாகத் திரிய ஆரம்பித்துவிடுகிறது.

"என்ன சொல்றேள்?" என்றார் தாத்தா.

"உம்ம மாட்டுப்பொண்ணு ஒண்ணும் விவரம் சொல்லலியா? நேத்து நம்ம அவந்திகாவ பொண்ணுகேட்டு வந்தாளாமே யாரோ தேரெழுந்தூர்க்காரா?"

"இவளே, லச்சுமி..." என்று தாத்தா அம்மாவை அழைத்ததை நான் என் அறைக்குள்ளிருந்து கவனித்துக்கொண்டுதான் இருந்தேன்.

அம்மா நடுக்கமுடன் வந்து கதவோரம் நின்று 'கூப்ட்டேளா?' என்றாள் தனக்கு மட்டுமே கேட்கிற குரலில்.

"பொண்ணு பாக்க வந்தாளாமே? சொல்லவேயில்லியே நீ?" என்றார் தாத்தா.

அம்மா பதிலேதும் சொல்லவில்லை. போஸ்ட் ஆபீஸ்காரரர் எழுந்து போனதும் சொல்லலாம் என்று நினைத்திருக்கக் கூடும்.

"அவா என்னத்த சொல்லுவா பாவம்? பார்த்துப் பார்த்துதான் செய்யறா எல்லாம். இந்தக் காலத்துப் பசங்களுக்கு அப்பா, அம்மா சொல்றதவிட சுயபுத்தி பெரிசா போச்சு. அதுவும் தப்பா மட்டுமே யோசிக்கற சிந்தை" என்றார் நல்ல ஆலாபனையுடன்.

தாத்தாவுக்குத் திருப்தி உண்டாகவில்லை. என்னை அழைத்தார். புன்னகையுடன் எழுந்து அவர் அருகே வந்து அமர்ந்தேன். போஸ்ட் ஆபீஸ்காரரர் இன்றைக்கு நல்ல வேட்டை என்று நினைத்துக்கொண்டிருப்பார். சுவாரசியமாக ஒரு சண்டைக் காட்சியைப் பார்க்கும் மனோநிலையில் நன்றாக சம்மணமிட்டு அமர்ந்துகொண்டார். 'இன்னிக்கி உங்களுக்கு டூட்டி இல்லியா?' என்று அம்மா கேட்டாள். டூட்டியாவது மண்ணாங்கட்டியாவது? லீவு போட்டால் போச்சு. வராத மனுஷன் வந்திருக்கார். என்ன பெரிய உத்தியோகம் என்று சொல்லிவிட்டார். அதானே? வம்பை விடவா வேலை முக்கியம்?

நான் ஒரு தீர்மானத்துடன் தான் இருந்தேன். கண்ணை இமைக்காமல் ஒரு குண்டூசியின் முனையைப் போல அவரைக் கூராகப் பார்த்தேன்.

"இது எங்க வீட்டு விவகாரம். நீங்க கொஞ்சம் எழுந்து போனா நல்லது. தாத்தாவுக்கு நான் புரியவெச்சிப்பேன்" என்றேன் கறாராக.

அவர் சற்றே நிலைகுலைந்து போய்விட்டார். தாத்தாவுக்கு அதைக்காட்டிலும் ஆச்சர்யம். என்ன இந்தப் பெண் இப்படி மரியாதையில்லாமல் பேசுகிறதே!

"ஸாரி தாத்தா. இதெல்லாம் உங்களுக்குப் புதுசா இருக்கலாம். ஆனா எனக்கு இதுதான் சௌகரியம். கல்யாணத்துல எனக்கு

இஷ்டமில்லே. இஷ்டமில்லைங்கறத முகத்துக்கு நேரா சொன்னேன். வந்தவா எழுந்து போயிட்டா. தட்ஸால். இதுல பெரிசா கூப்ட்டுவெச்சி விசாரிக்க ஒண்ணுமில்லை'',

அவருக்குப் பேச்சுவரவில்லை. என் அம்மாவுக்குத் திருமணமாகி நாற்பது வருடங்கள் ஆகியிருந்தன. இந்த வருடங்களில் இத்தனை சொற்கள் சேர்ந்தாற்போல் என் அம்மா பேசி அவர் கேட்டிருக்கப் போவதில்லை. கணவரின் தந்தை, கடவுளின் தந்தை.

'கிரகச்சாரமே' என்றார் தாத்தா.

நான் அவருக்குப் புரியவைக்க முயற்சி செய்யவேண்டாம் என்பதில் தெளிவாக இருந்தேன். மாறாக, அவர் தங்கியிருக்கக் கூடிய இரண்டு மூன்று நாள்களில் பல்வேறு விதங்களில் இதே விஷயம் அவர் காதுகளில் வந்து விழுந்து மனச்சலனம் உண்டுபண்ணும் சாத்தியங்கள் இருந்ததை நானறிவேன். ஆகவே, அவரது அதிர்ச்சியைப் போக்கினால் மட்டும் போதுமானது என்று முடிவு செய்திருந்தேன். ஆகவே என் அம்மாவை அழைத்துச் சொன்னேன்:

''நீ உள்ள போம்மா.. தாத்தாகிட்டே நான் பேசிக்கறேன். என்னோட முடிவுக்கு நீ என்ன பண்ணுவே பாவம்''

தாத்தாவுக்கு இதுவும் ஆச்சர்யமாகத்தான் இருந்திருக்க வேண்டும். ''என்னடி சொல்றே குழந்தே?'' என்றார் ஆற்றாமையுடன்.

''தப்பா நினைச்சுக்காதேங்கோ தாத்தா. எனக்கு கல்யாணம் வேண்டாம்னு தோணித்து. அதுல ஒண்ணும் தப்பில்லையே? அதுவுமில்லாம இப்படி யாரோ முன்னப்பின்ன தெரியாத ஒரு ஆளை நம்பி கழுத்தை நீட்டவா நான் ரெண்டு டிகிரி முடிச்சிட்டு பி.எச்.டி பண்ணிண்டிருக்கேன். இந்த சிஸ்டம் எனக்கு ஒத்துவராதுன்னு தோணறதுதாத்தா. அம்மா எதோ பாவம் தெரியாம அவாள வரச்சொல்லியிருக்கா. நான் அதை தப்பு சொல்லமாட்டேன். ஆனா என்னோட விருப்பம்னு ஒண்ணு இருக்கில்லியா?''

“இருந்துட்டுப் போறது. அதை அப்பறம் உங்கம்மாகிட்ட சொல்லிண்டா ஆச்சு. அதுக்காக வந்தவா எதிர்ல அப்படியா பேசுவா? ஊருக்கே தெரிஞ்சுபோச்சேடி?”

“ஊருக்கு வேற என்ன வேலை தாத்தா? எங்க என்ன வம்புன்னு அலைஞ்சுண்டு கெடக்கறதுகள்”

நான் போஸ்ட் ஆபீஸ்காரரைப் பார்க்கவில்லை. ஆனாலும் அவருக்கு உறுத்திவிட்டது. ‘சரி ஸ்வாமின். நான் வரேன்’ என்று சட்டென்று எழுந்துபோய்விட்டார். தாத்தாவுக்கு அதுவும் அதிர்ச்சிதான்.

சற்றே கோபமுடன் என்னைப் பார்த்தார். “உன்னோட ரெண்டு டிகிரியும் பி.எச்.டியும் இதான் சொல்லிக்குடுத்ததா? வந்தவா முகத்துல செருப்பால அடிக்கறதே வேலையா உனக்கு?”

நான் தோள்களைக் குலுக்கிக் கொண்டேன். அவர் வெகுநேரம் என்னைப் பார்த்துக்கொண்டு அப்படியே அமர்ந்திருந்தார். தனது ஏமாற்றம், தனது அதிர்ச்சி, தனது கோபம், இயலாமை அனைத்தையும் தன் பார்வை மூலமே என் புத்திக்குக் கடத்திவிடும் உத்தேசத்தில் இருந்தார் போலிருக்கிறது.

நான் வெறுமனே புன்னகையுடன் அவரைப் பார்த்துக்கொண்டிருந்தேன். பத்து நிமிடங்கள் ஓடியிருக்குமா?

“சரி வா, கோயிலுக்குப் போயிட்டு வரலாம்” என்றார் தாத்தா. நான் கிளம்பிவிட்டதாகவே நினைத்துக்கொண்டு செருப்பினுள் கால் நுழைத்தபடி, ‘வான்னு சொன்னேனே?’

“ஸாரி தாத்தா.. நான் வரல.. நீங்க போயிட்டு வாங்கோ”

“என்னது?”

“எனக்கு அதுலல்லாம் நம்பிக்கை இல்ல தாத்தா.”

அதற்குமேல் அவர் என்னிடம் ஏதும் பேசுவதற்கில்லை என்று முடிவு செய்திருக்க வேண்டும். ஓஹோ என்று மட்டும்

சொல்லிவிட்டு விறுவிறுவென்று கிளம்பிக் கோயிலுக்குப் போய்விட்டார்.

அடுத்த ஒரு அரைமணி நேரமும் நான் திண்ணையிலேயேதான் அமர்ந்திருந்தேன். தாத்தா திரும்பி வரும்வரை. போகிற வருகிறவர்களைப் பார்த்துக்கொண்டும் தவிட்டுக் குருவியின் சத்தத்தை ரசித்துக்கொண்டும் டிரான்சிஸ்டரில் பாட்டுக்கேட்டுக் கொண்டும்.

தாத்தா போனவேகத்திலேயே திரும்பி வந்தார். திண்ணையில் யாருமே இல்லாதது போல நேரே உள்ளே போனார். 'லச்சுமீ..' என்று என் அம்மாவை அழைத்தபடி அவர் சென்றதிலிருந்தே எனக்குப் பல சங்கதிகள் விளங்கிவிட்டன. திண்ணைக்கே இத்தனை மவுசு என்றால் கோயிலுக்கு எத்தனை இருக்கும்?

தாத்தாவால் நம்பவே முடியவில்லை. எத்தனைபேர்! எத்தனைபேர்! என்னென்ன பேசுகிறார்கள் தெரியுமா? வயசுப்பொண்ண திமிர் புடிச்சவன்னு நாலு பேர் பேசறது எத்தன அவமானம் தெரியுமா? நாஸ்திக மேடைகள்ள பேசறாளாமே? என்னடி இது கூத்து? அந்தத் தேரெழுந்தூர்க்காரா இங்கேருந்து கௌம்பி நேரா கோயிலுக்குத்தான் போயிருக்கா. பாக்கறவா, தெரிஞ்சவா எல்லார்கிட்டேயும் சொல்லிப் பொலம்பியிருக்கா. இப்படியா பொண்ண வளர்த்துவெச்சிருப்பா, என்ன பொம்மனாட்டி அவன்னு உன்னைத்தானேடி சொல்லுவா எல்லாரும்?

அம்மா தலைகுனிந்து மௌனமாக அழுதுகொண்டிருந்தாள். நல்லவேளை வீட்டில் அப்போது அப்பா இல்லை. நான் ஒரு முடிவுடன் தாத்தாவை நெருங்கினேன்.

"தாத்தா.. இது எங்க பர்சனல் மேட்டர். தயவுசெஞ்சி நீங்க டிரமடைஸ் பண்ணி இன்னும் சிக்கல் பண்ணிடாதிங்கோ"

தாத்தா என்னை முறைத்தார். ஏதோ பேச வாயெடுத்து, வேண்டாம் என்று முடிவு செய்தவர் போலக் காணப்பட்டார். இறுதியில், "சரி.. நான் ஒண்ணும் பேசல.. ஆனா ஒண்ணு மட்டும் சொல்வேன். நீ எக்கேடு கெட்டு ஒழி. இத்தன வருஷமா இந்த ஊர்ல நல்ல பேரோட

இருக்கற உங்கப்பனுக்கும் அம்மாவுக்கும் தீராத கெட்டபேர் வாங்கிக்குடுத்துட்டுப் போயிடாத. அவ்ளோதான்.''

இதில் கெட்டபெயர் எங்கிருந்து வருகிறது என்று கேட்டேன்.

''ஊர்வாய அடைக்க நம்மால முடியாது. உன்வாய அடைக்க முடியறதோ முதல்ல? சீரங்கத்துல கூட்டம்போட்டு சீர்திருத்தத்த ரங்கநாதர் கோயில்லேருந்து ஆரம்பிக்கணும்னு பேசினியாமே? என்னத்தடி கண்டுட்ட அப்படி? அவன் குடுக்காத புத்திய வெச்சிண்டா இப்படியெல்லாம் பேசற நீ? புழுத்துப்போயிடுவே ஆமா..!''

''வேண்டாம், சபிக்காதிங்கோ'' என்று அம்மா கெஞ்சினாள்.

அப்பா வந்துவிட்டார். நடந்தது இன்னதென்று சொல்லத்தான் வேண்டுமா என்ன? சூழ்நிலை சொல்லாததையா சொற்கள் சொல்லிவிடும்?

தாத்தா ருத்ரதாண்டவம் ஆடிக்கொண்டிருந்தார். எனக்கு போரடிக்க ஆரம்பித்தது. தாத்தா, வில் யூ ப்ளீஸ் ஸ்டாப் இட்? நான் ஒண்ணும் கொலைக்குத்தம் பண்ணிடலை. போதும். நீங்க கௌம்பி ஊருக்குப் போறதுன்னா போகலாம்.

அப்பா அப்போதுதான் கோபம் கொண்டார். அது என் பாக்கியம். என் கன்னத்தை அவர் வருடி வருடி அன்பைப் பொழிந்த நினைவுகள் மட்டும்தான் எனக்கு அதுவரை இருந்தது. முதல் முறையாக அப்போதுதான் அறைந்தார்.

''அவர போகச்சொல்ல நீ யாருடி? நீ போ வெளியில''

நாக்கைக் கடித்துக்கொண்டேன். அடடா.. கொஞ்சம் தாமதித்து விட்டேன். என் முடிவே அதுவாகத்தான் இருந்தது. நல்லபடியாகப் பேசிப் புரியவைக்கவேண்டும் என்றுதான் தினங்களைக் கடத்திக்கொண்டிருந்தேன். அப்பா முந்திக்கொண்டார்.

பெரிதாக நான் எதையும் எடுத்துக்கொள்ளவில்லை. ஒரே ஒரு சிறு சூட்கேஸ். சில புடைவைகள், என் டைரி, நாலைந்து புத்தகங்கள். அவ்வளவுதான்.

வரேம்மா.. வரேன்ப்பா.. தாத்தா வரேன். உடம்ப பார்த்துக்கோங்கோ. ரொம்ப கோவம் வந்தா ப்ளட் ப்ரஷர் ஏறிடும். பீ கேர்ஃபுல்.

ஒன்று மட்டும் நான் எதிர்பார்த்தேன். எப்படியும் என்னைப் போகாதே என்று அம்மாவும் அப்பாவும் குறுக்கே விழுந்து தடுப்பார்கள். அப்போது தெளிவாகப் பேசிப் புரீயவைக்கலாம் என்று எண்ணியிருந்தேன். நான் எங்கும் போகவில்லை. இதோ ஒரு ராத்திரி தூரத்தில் இருக்கும் சென்னைக்குத்தான் போகிறேன். விலாசம் தருகிறேன். நீங்கள் எப்போது வேண்டுமானாலும் வரலாம். நானும் அவ்வப்போது வந்து பார்த்துக்கொள்கிறேன். எல்லாவற்றுக்கும் ஒரு இடைவெளி வேண்டித்தான் இருக்கிறது. சிந்தனை மற்றும் தலைமுறையின் இடைவெளியை நாம் நிராகரிக்கவே முடியாது. என் அன்புள்ள பெற்றோரே, உங்கள்மீது எனக்கு எந்த வருத்தமும் இல்லை. என் பொருட்டு நீங்கள் வருத்தம் கொள்ள நேர்ந்துவிட்டது மட்டும்தான் என் வருத்தம். வருகிறேன்.

ஆனால் அவர்கள் என்னைத் தடுக்கவில்லை. வாசல் வரை வந்து ‘போய்வருகிறேன்’ என்றபோது சரி என்றுதான் தலையாட்டினார்கள்.

அத்தியாயம் பன்னிரண்டு

ரிகாவின் கடும்பனிப்பொழிவுக்காலம் அன்றுதான் தொடங்குவதாகச் சொன்னார்கள். இதுநாள் வரை பொழிந்ததெல்லாம் என்னவென்று தெரியவில்லை. உடம்புக்குள் எலும்புகளெல்லாம் உடைந்து மூட்டைகட்டத் தயராக இருக்கும் என்றுதான் நினைத்தேன். மைனஸ் பதினாறு, மைனஸ் பதினேழு எல்லாம் சர்வசாதாரணம் என்றான் காவலுக்கு இருந்த ஒரு போராளி. சென்ற வருடம் மைனஸ் இருபத்தியொன்றைத் தொட்டுவிட்டது என்று அவன் சொன்னபோது முகத்தில் பரமசந்தோஷம் தெரிந்தது. அவர்களுக்கு குண்டு விரயம் ஆகப்போவதே இல்லை. எப்படியும் பயணிகள் அத்தனைபேரும் உறைநிலையிலேயே ஜீவசமாதி அடையப்போவது நிச்சயம் போலிருக்கிறது.

நாங்கள் கடத்தப்பட்டு முழுதாக ஆறு தினங்கள் கழிந்துவிட்டிருந்தன. கொஞ்சம் யோசித்துப் பாருங்கள். வெளி உலகத் தொடர்பில்லாமல், செய்திகள் எதுவும் வந்து சேர வழியில்லாமல், வேளைக்கு சாப்பிட்டுக்கொண்டும் தூங்கிக்கொண்டும் மட்டும் இருக்க விதிக்கப்பட்டதொரு வாழ்க்கை. ஒரு ஈ எறும்புகூட அந்த வனாந்திரப் பிரதேசத்துக்குள் புதிதாக எட்டிப்பார்த்துவிடமுடியாதபடிக்குக் காவல் போட்டிருந்தார்கள். தொலைக்காட்சிப் பெட்டி, வானொலிப்

பெட்டி, கம்ப்யூட்டர், இண்டர்நெட் அனைத்து செளகரியங்களும் தீவிரவாதிகளின் கூடாரங்களுக்குள் இருந்தன. தவறியும் நாங்கள் யாரும் அங்கே போய்விடமுடியாது.

எனக்கு மிகவும் ஆர்வமாக இருந்தது. கண்டிப்பாக உலகம் முழுவதும் எங்களைப் பற்றித்தான் யோசித்துக்கொண்டிருக்கும். எங்களுக்காகத்தான் கவலைப்பட்டுக்கொண்டிருக்கும். எங்களுக்காகத்தான் அரசுகள் கூட ஏதோ கொஞ்சம் மெனக்கெட்டுக் கொண்டும் இருக்கும். ஆனால் எது பற்றிய விவரமும் எங்களுக்குத் தெரியாது. எதற்காக இந்தக் கடத்தல் என்பதைக் கூட யாரும் சொல்லவில்லை. இதுவும் ஓர் அனுபவம் என்றுதான் எடுத்துக்கொள்ளவேண்டும் போலிருக்கிறது. பிழைத்துக்கிடந்து ஊர் போய்ச் சேர்ந்தால் திடுக்கிடும் திருப்பங்கள் நிறைந்த வாழ்க்கை வரலாறு ஒன்றை எழுதிப் பார்க்கலாம்.

இப்படித் தோன்றியதுமே என்னையறியாமல் சிரித்துவிட்டேன். என் சிநேகிதி ஒருத்தி இருக்கிறாள். எங்கள் பல்கலைக் கழகத்தின் கேண்டீனில் பணியாற்றுகிறவள். ரத்னம்மா என்று அவளைக் கூப்பிடுவார்கள். ஜீவரத்தினம் என்பது அவளது முழுப்பெயர். எப்படியும் நாற்பத்தைந்து வயதுக்கு மேல் இருக்காது அவளுக்கு. ஆனால் பார்ப்பதற்கு அறுபதுக் கிழவி போலிருப்பாள். நாலு பெத்தா நீயும் அப்படித்தான் ஆயிடுவே என்பாள் எப்போதும்.

அவள்தான் ஒருமுறை இதே விஷயத்தைச் சொன்னாள். திடுக்கிடும் திருப்பங்கள் நிறைந்த வாழ்க்கை.

"என்னா பொண்ணும்மா நீயி? இப்பிடியா வருசத்துக்கு ஒரு குண்டு வெடிப்பே?" என்றாள் வியப்பு கலையாமல். நான் விக்டர் மற்றும் மனோஜுடன் இணைந்து வாழத் தொடங்கிய முதல் வாரம் பல்கலைக் கழகம் முழுவதும் செய்தி பரவியிருந்த நேரத்தில் அவள் இதைக் கேட்டாள்.

"என்ன பண்றது ரத்னம்மா. ரெண்டு பேரையும் எனக்குப் பிடிச்சிருக்கே?" என்றேன் சீண்டும் உத்தேசத்துடன்.

"அமேரிக்காவுல பொறந்திருக்கணும் நீயி. உன்னிய யாரு இங்கன வந்து பொறக்க சொன்னாங்க?"

அமெரிக்காவில் எல்லாப் பெண்களும் இப்படித்தான் என்று இவளுக்கு யார் சொன்னார்கள்?

“அதான் போடறாங்களே பேப்பர்ல, டீவில எல்லாத்துலயும்..”

“தப்பு ரத்னம்மா.. எல்லாத்தையும் பொதுவான விஷயமா ஆக்கிடக்கூடாது. அமெரிக்கால எண்பது வயசு வரைக்கும் ஒரே புருஷனோட ஒத்துமையா வாழறவங்களோட பர்சண்டேஜ் மொத்தம் அறுவத்திநாலு” என்றேன் தீவிரமாக.

ரத்னம்மா என்னை உற்றுப்பார்த்தாள். சில வினாடிகள் பேசாதிருந்துவிட்டு பிறகு மெல்லக் கேட்டாள், “நீ மட்டும் ஏம்மா இப்படி இருக்கே?”

நான் ஒருபோதும் இந்தக் கேள்வியை எனக்குள் கேட்டுக்கொண்டதில்லை என்பதுதான் உடனடியாக நினைவுக்கு வந்தது. நான் மட்டும் ஏன் இப்படி இருக்கிறேன்?

விக்டரிடமோ மனோஜிடமோ யாரும் இதனைக் கேட்டுவிடமுடியாது. நிச்சயமாக முடியாது. இருவருமே உறவினர்கள் யாருமற்றவர்கள். கேள்வி கேட்க யாருமில்லாதவர்கள். நண்பர்கள் கேட்கக்கூடும் என்றாலும் அத்தகைய நண்பர்களும் அவர்களுக்கு இல்லை என்பதை நானறிவேன். ஒருநாளின் பெரும்பாலான நேரங்களை நாங்கள் மூவரும் சேர்ந்தேதான் கழித்துக்கொண்டிருந்தோம். நானறியாமல் யார் அவர்களைக் கேட்டுவிடமுடியும்?

எனக்கொரு ரத்னம்மா இருப்பதுபோலவும் அவர்களுக்கு யாருமில்லை. நான் சாப்பிடுவதற்கு கேண்டீன் போவதில்லை. சாப்பிட்டபிறகு ரத்னம்மாவைப் பார்ப்பதற்காக மட்டுமே போவேன். பிளேட்டுகளைக் கழுவிக்கொண்டிருப்பவளுக்குச் சிறிதுநேரப் பேச்சுத்துணை. நான் வீட்டை விட்டு வெளியேறியது, சிலகாலம் ஹாஸ்டலில் தங்கி ஆய்வுப் படிப்பை முடித்தது, வேலை கிடைத்து வேறு ஹாஸ்டலுக்கு மாறியது, பலபேர் எனக்கெழுதிய காதல் கடிதங்கள் அனைத்தையும் ஒருநாள் பல்கலைக் கழக வளாகத்திலேயே மாணவர்களுக்குக் கண்காட்சியாக வைத்து,

எப்படியெல்லாம் காதல் கடிதங்கள் எழுதலாம் என்று சொல்லிக் கொடுத்தது, துணைவேந்தர் கூப்பிட்டுக் கண்டித்தபோது அவர் வயதைக் குறிப்பிட்டு கேலி செய்துவிட்டு வந்தது என்று அனைத்தும் ரத்னம்மாவுக்குத் தெரியும். மனோஜும் விக்டரும் என்னை விரும்புவதாகச் சொன்னபோதுகூட முதல் முதலில் அது குறித்து அவளிடம்தான் பகிர்ந்துகொண்டேன்.

“இது இன்னாம்மா அநியாயம்? வேணாம்மா.. இதெல்லாம் நம்மளுக்கு சரிப்பட்டு வராது. நீ ஊருக்கே போயிரு தாயி. உங்கப்பாரு பார்த்து வெக்கற புள்ளைய கட்டிக்கிட்டு நல்லா இருப்பியாம்” என்றாள் கரிசனத்துடன்.

“நான் அவங்கள கல்யாணம் பண்ணிக்கப்போறதில்ல ரத்னம்மா.. சும்மா சேர்ந்து இருக்கப்போறோம்” என்றதும் என்னை ஒரு ஜந்துவைப் போலப் பார்த்தாள்.

“நான் என்னாத்த சொல்றதுபோ. படிச்ச புள்ள. இப்படி புத்திகெட்டுப்போவியோ?” என்று அங்கலாய்த்தாள்.

நாங்கள் சேர்ந்து வாழத் தொடங்கியபிறகு யார் யாரெல்லாம் எங்களைக் குறித்து என்னென்ன கமெண்ட் அடித்தார்கள் என்பதையெல்லாம் எனக்கு ஒன்றுவிடாமல் எடுத்துச் சொன்னது ரத்னம்மாதான். “மனசு கேக்கமாட்டேங்குதும்மா.. எத்தினி படிச்சிருக்கே.. எவ்ளோ அளகா இருக்கே.. நல்ல குடும்பத்துப் பொண்ணு.. இப்பிடி நாலு பேரு வாயில விளுந்து பொறளணும்னு ஒனக்குத் தலையெழுத்தா” என்றாள் கண்களைத் துடைத்துக் கொண்டே.

அடடே, எனக்காகவும் கண்ணீர் சிந்த ஒரு ஜீவன்!

பரவால்ல விடு ரத்னம்மா என்றேன் அவளை சமாதானப்படுத்தும் விதமாக. ஆனால் அவள் விடவில்லை. எனக்காக அனுதாபப்பட்டாலும் அவளும் பெண்ணல்லவா.. ஒவ்வொரு நாளும் என் வீட்டு நிகழ்வுகளைத் தெரிந்துகொள்ள மிகவும் ஆர்வம் காட்டுவாள். பச்சையாக அவள் கேட்கவிரும்பிய விஷயம் என்னவென்பதை நானறிவேன். ஆனால் அவள் கேட்கமுடியாமல் தவித்த தவிப்பை நான் ரசித்துக்கொண்டிருந்தேன்.

அதெப்படி இரண்டு பேருடன் முடியும்? காடாறுமாதம் நாடாறுமாதம் போலவா?

இதுதான் அவள் மனத்துக்குள் ஓடிக்கொண்டிருந்த ஒலியற்ற ஒலிபரப்பின் சாரம். எப்படியெல்லாமோ இதை மாற்றி மாற்றிக் கேட்பாள். ஒரு சமயம், "உங்க வீட்ல மூணு பெட் ரூம் இருக்குதில்ல?" என்றாள் என்னமோ வாஸ்து சாஸ்திர நிபுணர் போல.

"ஏன் கேக்கற ரத்னம்மா?"

"இல்ல.. அத்தனாம்பெரிய வீட்ட பெருக்கித்துடைக்கவே பெண்டு கழண்டுருமே.." என்றாள் சட்டென்று வேறு திசைக்கு மாறி.

ஆமாமாம். அதிலென்ன சந்தேகம். நாங்கள் மூவரும் ஆளுக்கொரு அறையை சுத்தம் செய்வோம் என்று சொன்னேன்.

அவளுக்குச் சப்பென்று ஆகிவிட்டது. எழுந்து போய்விட்டாள். இன்னொரு நாள், "உங்களுக்குள்ளார சண்டை வருமா? எதுக்காக சண்டை போட்டுக்குவிங்க?" என்று கேட்டாள்.

"சண்டையெல்லாம் வராது ரத்னம்மா.. நாங்க ஒவ்வொருத்தரும் மத்தவங்களகரெக்டா புரிஞ்சிக்கிட்டு நடந்துக்குவோம்" என்றேன் புன்னகையுடன்.

"எந்த விஷயத்துலயுமா வராது? அதெப்படி சண்டை இல்லாம வாழமுடியும்?"

"ஓ, முடியுமே.. நீவேணா எங்க வீட்டுக்கு வந்து பாரேன். அவங்க ரெண்டு பேருமே ரொம்ப அட்ஜஸ்டபிள் டைப். அதுவுமில்லாம ரொம்ப வருஷமா ஃப்ரெண்ட்ஸா இருக்கறவங்கதானே?"

"விட்டுக்குடுக்கறது இருக்கும்தான். ஆனா எப்ப, எதுலன்னு ஒரு.."

அதற்குமேல் நான் அவள் பொறுமையை சோதிக்க விரும்பவில்லை. "படுக்கைலகூட பிரச்னை வராது ரத்னம்மா.. எல்லாத்தையும் முன்கூட்டியே பேசிட்டுத்தான் வாழவே ஆரம்பிச்சோம்" என்று விஷயத்தை முடித்தேன்.

“என்னமோ போ. நீ நல்லா இருந்தா சரி” என்றால் நூற்றுக்கிழவி போல.

முதல் நான்கைந்து மாதங்கள் அடுத்தவர்களின் விமரிசனங்களில் நாங்கள் வாழ்ந்தோம். பிறகு கொஞ்சம் கொஞ்சமாக சத்தம் குறைந்து மெல்லிய அமைதியொன்று எட்டிப்பார்த்தது. நாங்கள் மூவருமே அப்போது விழித்துக்கொண்டுதான் இருந்தோம் என்பதால் அந்த அமைதியை மிகுந்த சந்தோஷமுடன் வரவேற்று உபசரித்தோம்.

காலைச் சிற்றுண்டி என்னுடைய பொறுப்பு. எப்படியும் இரண்டு அல்லது மூன்று வெரைட்டி செய்துவிடுவேன். மூவரும் தொலைக்காட்சியில் செய்தி பார்த்துக்கொண்டே ஒன்றாக அமர்ந்து சாப்பிட்டு முடித்தால் வேலைக்காரி பாத்திரங்களை எடுத்துக்கொண்டு போய்விடுவாள். பல்கலைக் கழகத்துக்குக் கிளம்பிவிட்டால் மாலை வரை வேறு சிந்தனை இருக்காது. அவரவர் மாணவர்களுடன் கரைந்துவிடுவோம். மாலை வீடு திரும்பியதும் மனோஜ் டீ போட்டுக்கொடுப்பான். சாப்பிட்டுவிட்டு சற்று நேரம் பேட்மிண்டன் விளையாடுவோம். பிறகு இரண்டு மணி நேரம் படிப்பு. இரவுச் சமையல் விக்டருடையது. வேலைக்காரி துவைத்த துணிகளை மடித்து வைத்திருப்பாள். வீடு பெருக்கப்பட்டிருக்கும். மீண்டும் செய்திகளுடன் சாப்பிட்டுவிட்டு மொட்டைமாடிக்குப் போனால் பன்னிரண்டு மணிவரை பேசிக்கொண்டிருப்போம். அல்லது மறுநாள் வகுப்புகளுக்கான தயாரிப்பில் கூட்டாக ஈடுபடுவோம். ஞாயிற்றுக்கிழமைகளை மனோஜ் எடுத்துக்கொள்வான். ரகளையான சமையலில் எங்களை ஒவ்வொரு வாரமும் வியப்படையச் செய்வது அவன் வழக்கம். ஷாப்பிங், கடற்கரை, ரெஸ்டரண்ட் என்று மாலைப்பொழுதுகளுக்கு கௌரவம் சேர்த்துவிட்டு வீடு திரும்பினால் உறக்கமும் ஓய்வும்.

ஒரு புரிதல் இருந்தது. இரவுச்சாப்பாட்டுக்குப் பிறகான புரிதல் அது. நான் தான் அநேகமாக முதலில் சாப்பிட்டு எழுந்துகொள்பவளாக இருப்பேன். எங்கள் மூன்று பேரின் அறைக்கதவும் திறந்தே இருக்கும். என் அறைக்குள் அவர்கள் இருவரும் ஒரு போதும்

வரமாட்டார்கள். என் சுதந்தரத்தை நான் ஸ்தாபிக்கும் தருணம் அது. நான் எந்த அறைக்கும் செல்வேன். விக்டர் அல்லது மனோஜின் அறைகள் அவை. உள்ளே நுழைந்ததும் வெளியிலிருந்து ஒரே ஒரு குட்நைட் சத்தம் மட்டும் கேட்கும். தாழிட்டபிறகு வெளியில் இருப்பவன் யாரானாலும் அந்நியன்.

சில நாள் நான் என் பிரத்தியேக அறைக்குள் சென்று கதவை மூடிக்கொண்டுவிடுவதும் உண்டு. அப்போதெல்லாம் விக்டரும் மனோஜும் மொட்டைமாடி அல்லது வாசல் புல்வெளியில் அமர்ந்து நெடுநேரம் பேசிக்கொண்டிருப்பார்கள். இரவு பதினொன்று அல்லது பதினொன்றரைக்கு லேசாகக் கதவு தட்டப்படும் சத்தம் கேட்கும்.

எழுந்து சென்று திறந்தால் கையில் ஒரு கோப்பை பாலுடன் மனோஜ் புன்னகை செய்வான். வாங்கிக் குடித்துவிட்டு தேங்ஸ் என்பேன். குட்நைட் சொல்லிவிட்டுப் போய்விடுவான்.

எனக்கோ அவர்களுக்கோ இந்த ஏற்பாட்டில் சிரமம் ஏதும் இருப்பதாகத் தெரியவில்லை. சந்தோஷமாகத்தான் இருந்தோம். மெல்ல மெல்ல சகஜ நிலைக்கு உலகம் திரும்பியதில் எங்கள் சந்தோஷம் அதிகரிக்கவே செய்தது.

ஒரு வெள்ளிக்கிழமை காலை நான் என்னுடைய அறையிலிருந்து உறங்கி எழுந்து வெளியே வந்தபோதுதான் முதல் முதலில் எனக்குள் ஏதோ சரியாக இல்லாதது போலத் தோன்றியது. லேசாகத் தலை சுற்றியது. பல் தேய்ப்பது பிரச்னை தரும் என்று உறுதியாகத் தோன்றியது. விக்டரின் அறை வாசலில் சென்று நின்று அழைத்தேன். இரண்டு நிமிடங்களில் எழுந்து வந்து குட் மார்னிங் என்றான்.

“விக்டர், எனக்கு ஏதோ உடம்பு சரியில்லை என்று நினைக்கிறேன். என்னவோ போலிருக்கிறது” என்றேன்.

அவன் பதற்றமானான். உடனே மனோஜை எழுப்பினான். விஷயத்தைச் சொன்னதும் டாக்டரிடம் போகலாமா என்று மனோஜ் கேட்டான். நான் தடுத்துவிட்டேன். பார்க்கலாம், இன்று

ஒருநாள் நான் பல்கலைக் கழகத்துக்கு வரவில்லை என்று மட்டும் சொல்லிவிட்டு மீண்டும் என் அறைக்குச் சென்று படுத்துவிட்டேன்.

அவர்கள் கவலையுடன் அடிக்கடி வந்து எனக்குச் சுடுகிறதா என்று தொட்டுத்தொட்டுப் பார்த்துவிட்டு, விருப்பமே இல்லாமல்தான் கிளம்பிப் போனார்கள். சங்கடமாக இருந்தது எனக்கு. மாலை வரை எதுவுமே செய்யாமல் பேசாது படுத்துக்கிடந்தேன். பிறகு எழுந்து முகம் கழுவிக்கொண்டு வெளியே போனேன். என்னமோ தோன்றியது. ஒரு மருந்துக்கடையில் ப்ரெக் கலர் கார்ட் ஒன்று வாங்கிக்கொண்டு வீட்டுக்கு வந்தேன்.

மறுநாள் காலை ஆறு மணிக்கு எனக்கு உறுதியாகிவிட்டது. சந்தோஷமா, திருப்தியா, ஆறுதலா, நிம்மதியா, கவலையா - சரியாகத் தெரியவில்லை. கதம்பமான உணர்ச்சியில் சில நிமிடங்கள் அப்படியே சோபாவில் சாய்ந்து அமர்ந்திருந்தேன்.

மனோஜும் விக்டரும் எழுந்து வந்து குட்மார்னிங் சொன்னார்கள். நான் அவர்கள் இருவரையும் பார்த்துப் புன்னகை செய்தேன்.

“ஒரு நல்ல செய்தி”

என்னவென்று இருவருமே கேட்கவில்லை. மாறாக ஆளுக்கொரு கன்னத்தில் அன்பாக முத்தம் கொடுத்தார்கள். ‘க்ரேட்’ என்றார்கள்.

நான் ஒரு கேள்விக்காகக் காத்திருந்தேன். ஏனோ இருவருக்குமே அதை அப்போது கேட்கத் தோன்றவில்லை. அல்லது கேட்க நினைத்து, சொற்கள் கிடைக்காமல் தவித்திருப்பார்களோ?

அத்தியாயம் பதிமூன்று

அவர்களாகக் கேட்டாலொழிய நானாகச் சொல்வதில்லை என்கிற முடிவில் இருந்தேன். பிரமாதமான நோக்கமெல்லாம் இல்லை. ஒரு சின்ன க்யூரியாஸிடிதான். யார் முதலில் கேட்கப் போகிறார்கள்? இரு கட்சிக்கும் இடையில் அந்த வினாவைப் பொதுவில் வைத்துவிட்டு நான் வெறுமனே வேடிக்கை பார்த்துக்கொண்டிருந்தேன்.

மனோஜுக்குக்கொஞ்சம்அடிப்படைவைத்தியம்தெரியும். எங்கே, யாரிடம் எப்போது கற்றுக்கொண்டான் என்று தெரியவில்லை. அவனுக்கு நாடி பிடித்துப் பார்க்கத் தெரியும். கண் இரப்பைகளைப் பிரித்துப் பார்ப்பான். அங்கே என்னத்தைப் பார்த்தான் என்று நான் கேட்டதில்லை. நாக்கை நீட்டச் சொல்வான். ஒரு சாதாரண மருத்துவர் கையாளும் எளிய பரிசோதனை உத்திகளுடன் அவனுக்கு நல்ல பரிச்சயம் இருந்தது போலும்.

“ஏய், சும்மா ஃபிலிம் காட்டாதே” என்பேன் சீண்டும் உத்தேசத்துடன். சிரிப்பானே தவிர பதில் சொல்லமாட்டான்.

தினசரி பொழுது விடிந்ததும் முதல் வேலையாக வந்து எனக்கு நாடி பார்ப்பான். ஃப்ரெஷ்ஷாக இருக்கிறேனா, சோர்வாக

இருக்கிறேனா என்று கேட்டுக்கொள்வான். என் உணவு முறையில் சில மாற்றங்களைக் கொண்டுவர சிபாரிசு செய்தான். காலையில் டிபன் சாப்பிடுவதைக் காட்டிலும் மிதமாக சாப்பாடு சாப்பிடுவது உசிதம் என்றான். எனது காலை வேளை நான்கு இட்லிகளை மதியத்துக்கு மாற்றினான். இரவில் என்ன டிபன் சாப்பிட்டாலும் இறுதியில் ஒரு ப்ளேட் தயிர் சாதம் சாப்பிடச் சொன்னான்.

“அவந்திகா, நீ வெற்றிலை போட்டுப் பழகு. ஜீரணத்துக்கு அது மிகவும் நல்லது” என்றான்.

விக்டர் இவை அனைத்தையும் ரசனையுடன் பார்த்துக் கொண்டிருப்பான். அவன் பார்வையே புத்துணர்ச்சி தந்துவிடக் கூடியது. சற்றும் எதிர்பாராத தருணங்களில் தன்னிரு கரங்களாலும் என் கன்னங்களை ஏந்தி உச்சந்தலையில் மெத்தென்று தன் முகத்தால் ஒற்றியெடுப்பது அவனது பிரத்தியேக வழக்கம். எனக்கு அது மிகவும் பிடித்திருக்கிறது என்று ஒருதரம் சொன்னேன். புன்னகை செய்தான். உனக்குப் பிடிக்கும் என்று எனக்குத் தெரியும் என்று சொன்னான்.

பெரிதாகப் பிரச்னை ஏதும் எனக்கு இருக்கவில்லை. வீட்டு வேலைகளிலிருந்து இருவரும் முற்றிலுமாக என்னைக் கழற்றி விட்டார்கள். சமையல் அறைப்பக்கமே போகவேண்டாம் என்று சொல்லிவிட்டார்கள். எனக்கென்ன போச்சு? ஹாயாக உட்கார்ந்து கொண்டு கொடுத்ததைச் சாப்பிட்டுவிட்டு என் வேலைகளைப் பார்த்துக்கொண்டிருந்தேன். இஷ்டமிருந்தால் பல்கலைக் கழகத்துக்குப் போனேன். இல்லாவிட்டால் வீட்டிலேயே படுத்து ஓய்வெடுத்தேன்.

அவ்வப்போது வயிற்றைப் புரட்டி வாந்தி வந்தது. அது ஒன்றுதான் கஷ்டம். மனோஜ் எங்கோ தேடிப்பிடித்து விஜயலக்ஷ்மி சந்தானம் என்றொரு மகப்பேறு மருத்துவரின் முகவரியுடன் வந்தான். அண்ணாநகரில் இருந்தார் டாக்டர். போய் வருவது சற்று சிரமம் தான் என்றாலும் டாக்டர் மிகவும் பண்பாக இருந்தார். நட்பாக வைத்தியம் பார்த்தார். ஒழுங்காக டெஸ்டுகள் எடுத்து முறைப்படி கவனித்துக்கொண்டார்.

''ஏம்மா, வீட்ல தனியாவா இருக்கே? துணைக்கு யார் இருக்காங்க?'' என்று ஒரு சமயம் கேட்டார்.

மனோஜ் இருக்கிறான். விக்டர் இருக்கிறான். இவர்களைவிட வேறென்ன துணை எனக்கு வேண்டும்?

டாக்டர் புன்னகை செய்தார்.

''அப்படி இல்லேம்மா.. இந்தமாதிரி சமயத்துல உங்கம்மா அல்லது அவங்க வயசுல யாராவது பக்கத்துல இருக்கறது நல்லது. ஏன், நீ உங்க வீட்டுக்குப் போய் கொஞ்சம் இருந்துட்டு வரக்கூடாது? இல்லேன்னா உங்கம்மா வந்து இருக்கலாமே?'' என்றார் டாக்டர்.

யோசித்தேன். டாக்டர் சொல்வது அவசியமா இல்லையா என்று எனக்குத் தெரியாவிட்டாலும் ஏனோ சில தினங்களாகவே எனக்கு என் அம்மாவின் ஞாபகம் அடிக்கடி வந்துகொண்டுதான் இருந்தது. அம்மா என்று ஓடி அணைத்துக்கொண்டு, மடியில் தலைவைத்துப் படுத்து, கொஞ்சி, சீராடும் உத்தேசமெல்லாம் இல்லை என்றாலும், அம்மாவைப் பார்க்கவேண்டும் என்கிற விருப்பம் இயல்பாக எழுந்துகொண்டிருந்தது. ஒருவகையில் கர்ப்பகாலத்தில் இது அநிச்சையாகத் தோன்றும் விருப்பமாக இருக்கலாம். மருத்துவக் காரணம் ஏதும் இருக்கமுடியாது என்றபோதும் உளவியல் காரணம் இருக்கக் கூடும். பெற்றெடுப்பது சாதாரண விஷயமாக இருக்கமுடியாது. பார்க்கத் தானே போகிறேன்.

டாக்டருக்கு நன்றி சொல்லிவிட்டு வந்தபிறகு என் அம்மாவுக்கு ஒரு கடிதம் எழுதிப் போட்டேன். சொற்களுக்கு முதலில் மிகவும் திணறினேன். எங்கிருந்து ஆரம்பிப்பது என்பது புரியவில்லை. நான் எத்தகைய அதிர்ச்சியையும் தரக்கூடியவள் என்பது அவளுக்குத் தெரியும். கர்ப்பம் என்று சொன்னால் கூட ஒருவேளை தாங்கிக்கொள்வாளாயிருக்கும். எப்போது கல்யாணமானது என்கிற கேள்வியை நான் எப்படி எதிர்கொள்வேன்?

அம்மா, உன்னைப் பார்க்கவேண்டும் போலிருக்கிறது. முடிந்தால் உடனே கிளம்பி வா. அப்பாவையும் அழைத்துக்கொண்டு வா. எனக்குக் கொஞ்சம் உடம்பு சரியில்லை. இப்போது நான் நான்கு மாதங்களாகக் குளிக்காமல் இருக்கிறேன்.

நிச்சயமாக அவளுக்கு பகீர் என்றுதான் இருக்கும். அப்பாவும் அம்மாவும் எதிரெதிரே உட்கார்ந்து ஒரு பாட்டம் அழுது தீர்த்தாலும் வியப்பில்லை. இந்தப் பொண்ணுக்கு ஏந்தான் இப்படி புத்தி போறதோ, பகவானே என்று பிலாக்கணம் வைத்தாலும் மூக்கைச் சிந்திப் போட்டுவிட்டு, எழுந்து முகத்தைக் கழுவிக்கொண்டு பஸ் பிடித்துவிடுவார்கள் என்பது எனக்குத் தெரியும்.

அன்றைக்கு ஞாயிற்றுக்கிழமை. அதிகாலையே அப்பாவும் அம்மாவும் வந்துவிட்டார்கள். தலைப்பாகையும் மடித்துக் கட்டிய லுங்கியுமாக வீட்டு வாசலில் விழுந்திருந்த சருகுகளைப் பெருக்கித் தள்ளிக்கொண்டிருந்த விக்டரை முதலில் வேலைக்காரன் என்று நினைத்துவிட்டார்கள் போலிருக்கிறது. என் பெயரைச் சொல்லிக் கேட்டதும் விக்டர் சட்டென்று தலைப்பாகையைக் கழற்றிவிட்டு, வாங்க என்று உள்ளே அழைத்துவந்தான்.

அம்மாவுக்கு என்னைப் பார்த்ததுமே அழுகை வந்துவிட்டது. கஷ்டப்பட்டு அடக்கிக்கொண்டாள் போலிருக்கிறது. அப்பா எதுவும் பேசாமல் சோபாவில் உட்கார்ந்து அன்றைய தினசரிகளைப் படிக்க ஆரம்பித்துவிட்டார்.

ஏழரைக்கு மனோஜ் எழுந்து வந்தான். முதலில் அப்பாவையும் அம்மாவையும் பார்த்துவிட்டுப் புரியாமல் விழித்தான். நான் அருகே போய் அறிமுகப்படுத்தியதும், ஹலோ என்று கைநீட்டினான். அப்பா பதிலுக்குக் கை கொடுக்காமல் உம்ம் என்று வெறுமனே தலையாட்டினார்.

அதற்குள் குளித்து முடித்து வெளியே வந்த விக்டர், "மனோஜ், நீ கௌம்பலியா? மணி ஆயிடுச்சே?" என்றான்.

அப்பா முகத்தில் குழப்பத்தைப் பார்த்தேன். இருப்பினும் எதுவும் இப்போது பேசக்கூடாது என்கிற உறுதியுடன் அவர் இருப்பதை என்னால் உணர முடிந்தது. அம்மா நேரே சமையல் கட்டுக்கு வந்துவிட்டாள். என்னடீ இது என்று கையைப் பிடித்துக்கொண்டு காரணம் சொல்லாமல் ஒரு நிமிடம் அழுதாள்.

"ஒண்ணுமில்லம்மா.. எல்லாம் விளக்கமா சொல்றேன். நீ போய் குளிச்சிட்டு வாயேன். நான் சமையலே பண்ணிடறேன்" என்றேன்.

ஒருவாறு இதை யூகித்துத் தானோ என்னவோ, மனோஜும் விக்டரும் அன்று சமையலறைப் பக்கமே வரவில்லை. குளித்தார்கள். டிரெஸ் பண்ணிக்கொண்டார்கள். ஹாலுக்கு வந்து அப்பாவிடம் போய்வருகிறேன் என்று சொல்லிவிட்டுப் போய்விட்டார்கள்.

பொதுவாக இரண்டு பேருமே விருந்தினர்களை உபசரிக்கும் விஷயத்தில் குறையே சொல்லமுடியாதவர்கள்தான். ஆனால் வந்திருப்பவர்கள் பேசுவதற்கே எட்டணா கேட்கக்கூடியவர்களாக இருந்தால் என்ன செய்யமுடியும்? என்னால் இரண்டு தரப்பினரையுமே குறை சொல்லமுடியவில்லை.

என் பெற்றோருக்கு முதலில் எங்கிருந்து தொடங்கிப் புரியவைக்கலாம் என்று யோசிக்க ஆரம்பித்தேன். எங்கிருந்து தொடங்கினாலும், என்ன சொன்னாலும் புரியப்போவதில்லை என்பது மட்டும் எனக்குத் தெளிவாகவே தெரிந்தது. இருந்தாலும் ஏதாவது ஓரிடத்தில் தொடங்கி, முடித்துத்தானே ஆகவேண்டும்?

நல்லவேளை அந்தச் சிரமத்தை எனக்கு அவர்கள் வைக்கவில்லை. பதினோரு மணிக்கு சாப்பிட்டு, சமையல் அறையைச் சுத்தம் செய்துவிட்டு வந்து உட்கார்ந்தபிறகு அம்மாவே மெல்ல ஆரம்பித்தாள்.

“யாருடி?”

“மனோஜ்.. என்னோட வேலை பார்க்கறவர்ம்மா”

“கூட இன்னொருத்தன் இருக்கானே, அவன் யாரு?”

“அவரும் என்னோட வேலைபார்க்கறவர்தாம்மா.”

“உங்களோடவே பேயிங் கெஸ்டா தங்கியிருக்கானா?”

கஷ்டப்பட்டு சிரிப்பை அடக்கிக்கொண்டேன். அம்மாவால் மட்டுமே இப்படியான கேள்விகளை உருவாக்கமுடியும். எதிராளி எந்தப் பக்கமும் நகர்ந்து போய்விடமுடியாமல் அரண் அமைத்துக்கொண்டு வீசப்படும் கேள்வி. எங்கே திரும்பினாலும்

இந்தக் கேள்வியில் முட்டிக்கொண்டுதான் தீரவேண்டும். பதில் பெறாமல் அவள் விடப்போவதில்லை. ஆகவே சற்று அவகாசம் எடுத்துக்கொள்ளலாம் என்று முடிவு செய்து, “ஏம்மா, நான் கர்ப்பம்னு எழுதினதுல உனக்கு கோவமே வரலியா?” என்றேன் அவள் கைகளைப் பிடித்துக்கொண்டு.

அம்மா, அப்பாவைப் பார்த்தாள். அவர் என்னைப் பார்த்துப் புன்னகை செய்தார்.

“குழந்தே, ஏழு வயசுலயே பதினஞ்சு வயசு புத்தியோட இருந்தவ நீ. பகவான் சிலபேருக்கு இந்தமாதிரி அமைச்சிக் குடுத்துடறார். ஏன்னு கேக்க நமக்கு யோக்கியதை கெடையாது. எனக்கு விதிச்சத நான் ஏத்துக்கறேன், உனக்கு விதிச்சத நீ ஏத்துக்கறே. அவ்ளோதான். உனக்கு விதிச்சத நாங்க ஏத்துக்கமுடியலேன்னாலும் உன்னை நாங்க ஏத்துண்டுதான் ஆகணும். நாங்க பெத்த பொண்ணில்லியோ நீ?”

என்ன அருமையான வசனம். யாராவது தொலைக்காட்சித் தொடர் நண்பர்களிடம் சொன்னால் அவசியம் ஏதாவது ஒரு சீரியலில் வைத்துவிடுவார்கள்.

“உங்ககிட்ட சொல்லாம இது நடந்தது வருத்தமாத்தாம்ப்பா இருக்கு. ஆனா எனக்கு வேற வழி தெரியல.. கண்டிப்பா உங்களால இத ஒப்புக்க முடீயாதுன்னு தெரியும்” என்றேன் தயக்கமுடன். என் தயக்கம் போலியானதுதான் என்பதை உணர்ந்தே இருந்தேன். இருப்பினும் அது அவருக்கு ஒரு சிறு ஆறுதலை அளிக்க முடிந்தால் போதுமே.

“வேத்து ஜாதிதானே?” தீர்மானமாகக் கேட்டாள் அம்மா.

நான் பேசாதிருந்தேன்.

“தாலி கட்டலியா? ரிஜிஸ்டர் கல்யாணமா?” என்றார் அப்பா.

இங்கே நான் பேசியாகவேண்டியிருந்தது. “இல்லப்பா.. கல்யாணம்னு நாங்க எதுவும் பண்ணிக்கல.. பிடிச்சிருந்தது. சேர்ந்து வாழ ஆரம்பிச்சிட்டோம்”

அவரது அதிர்ச்சியை, அவர் வெளிக்காட்டாவிட்டாலும் என்னால் உணர முடிந்தது. அம்மாவுக்குத்தான் பொத்துக்கொண்டுவந்து விட்டது. நாசமத்துப் போக என்று கவனமாகச் சொற்களைத் தேர்ந்தெடுத்து நாலைந்து நிமிடங்கள் திட்டினாள். பிறகு சமநிலைக்கு வந்து, “ஏண்டி, ஒரு தாலிய கட்டிண்டுட்டா, ஊர் வாய அடைக்கலாமோல்லியோ?” என்று அழுதபடி கேட்டாள்.

இதற்குமேல் வளர்க்க எனக்கு இஷ்டமில்லை. “ரெண்டு தாலியெல்லாம் கட்டிண்டு நான் உத்தியோகத்துக்குப் போக முடியாதும்மா” என்றேன் மெதுவாக.

“அப்படின்னா?”

நான் பல்லைக் கடித்துக்கொண்டேன். கண்களை இறுக மூடிக் கொண்டேன். ஒப்புக்கு ஒரு மன்னிப்பு கேட்டுக்கொண்டு அனைத்தையும் ஒன்றுவிடாமல் சொல்லித் தீர்த்தேன். பாதிரியாரிடம் பாவமன்னிப்புக் கேட்கும் தொனியில் சொல்லியிருப்பேன் போலிருக்கிறது.

அவர்கள் பேசவே இல்லை. விழிகளில் அதிர்ச்சியுடன் என்னைப் பார்த்துக்கொண்டே இருந்தார்கள்.

“சரி, கௌம்பு” என்று அப்பா, அம்மாவிடம் சொன்னார். காத்திருந்தது போல அவள் எழுந்துகொண்டாள்.

நான் மேற்கொண்டு எதுவுமே பேசாமல் அவர்களை வெறுமனே பார்த்துக்கொண்டு பேசாமல் அமர்ந்திருந்தேன். அம்மா கொண்டுவந்திருந்த பையில் ஒரு சீப்பு வாழைப்பழம், ஸ்ரீரங்கத்து மல்லிகை, கோயில் பிரசாதம், ஊறுகாய் பாட்டில், பருப்புப்பொடி எல்லாம் இருந்தது. எடுத்து வெளியே வைத்துவிட்டுப் போக நினைத்திருப்பாளோ என்னமோ. ஒரு கணம் தயங்கி என்னைப் பார்த்தாள். எதுவும் பேசாமல் அவற்றை அப்படியே எடுத்து ஜன்னல் வழியே வெளியே கொட்டினாள். குழாயில் கையைக் கழுவிக்கொண்டாள்.

போயிட்டு வரேன் என்று சொல்லுவாள் என்று எதிர்பார்த்தேன். சொல்லவில்லை.

திரும்பிப் பார்க்காமல் இருவரும் போய்க்கொண்டே இருந்தார்கள். பல நிமிடங்கள் நான் சுய நினைவின்றி அவர்களையே பார்த்துக்கொண்டிருந்தேன்.

உள்ளே திரும்பியபோதுதான் நானும் அழுதிருக்கிறேன் என்பதையே உணர்ந்தேன்.

அத்தியாயம் பதினான்கு

அன்று மாலை மனோஜும் விக்டரும் பல்கலைக் கழகத்திலிருந்து வீடு திரும்பியபோது நான் மொட்டை மாடியில் நின்றுகொண்டிருந்தேன். காய்ந்த துணிகளை எடுத்து மடித்துவைத்துவிட்டு, கைப்பிடிச் சுவர் ஓரம் வளைந்து ஆடிய சப்போட்டா மரக் கிளையின் நிழலுக்குள் சாய்ந்து நின்றபடி வேடிக்கை பார்த்துக்கொண்டிருந்தேன். உண்மையிலேயே என் சிந்தனை ஓட்டம் முற்றிலுமாக நின்றுபோய், மனத்துக்குள் முழு வெறுமையாக இருப்பது போல் உணர்ந்தேன். அப்படி உணர முடிவதே கூட சிந்திப்பதாகத்தானே ஆகும்? இந்தச் சிந்தனையும் உடனே வந்தது.

ஓயக்கூடியதா அது? எல்லாம் தோற்ற மயக்கம்தான். உண்மையில் எதையும் சிந்திக்கக் கூடாது என்கிற எண்ணம்தான் சிந்தனையாகவே உருப்பெற்றிருந்தது. அப்பாவும் அம்மாவும் இந்நேரம் திருவானைக்கா போய்ச் சேர்ந்திருப்பார்கள். அவர்களைப் பொருத்தவரை வாழ்நாளில் இதனைக் காட்டிலும் ஒரு பேரதிர்ச்சியை எதிர்கொண்டிருக்கமாட்டார்கள். இப்படி ஒரு பெண்ணைப் பெற்றதை நினைத்து நினைத்துக் கொஞ்சகாலம் அழுவார்கள். பிறகு அழுகையின் சுவடு ஒரு சோகமாக அவர்கள்

முகத்தில் நிலைக்கும். புன்னகை செய்யத் தோன்றாமல் போகும். ஏதாவது குடும்ப விசேஷங்கள், திருமணம் என்று எங்காவது போக நேர்ந்தால் சங்கடமாக உணருவார்கள். கதவை இழுத்துச் சாத்திவிட்டு எப்போதும் வீட்டுக்குள் இருப்பதே பாதுகாப்பு என்று நினைக்கக் கூடும்.

ஒரு நிமிடம் என்மீது எனக்கு மிகுந்த அருவருப்பு தோன்றியது. என் பெற்றோர் என்றில்லை. சக உயிர் எதுவாக இருப்பினும் சரி. கண்கலங்க, மனம் கலங்க வைக்க எனக்கென்ன உரிமை இருக்கிறது?

என் செயல் சரியா தவறா என்று அப்போது கூட நான் யோசிக்கத் தயாராக இல்லை. இது என் விருப்பம். என் தேர்வு. என் தீர்மானம். அதில் சந்தேகமில்லை. ஆனால் அது என் பெற்றோரை பாதிக்கும்போது ஏற்படும் வருத்தத்தை என்னால் தவிர்க்க முடியவில்லை.

என்னை மன்னித்துவிடுங்கள்.

எத்தனை சுலபமான வார்த்தை? ஏமாற்றுக்காரனின் எளிய ஆயுதம். வக்கிரபுத்தியின் வாகான வெளிப்பாடு. மன்னித்தேன், அல்லது மன்னிக்கமாட்டேன் என்று சொல்வதால் மட்டும் விஷயம் தீர்ந்துவிடுமா? அவர்களைப் பொருத்தவரை நான் செய்திருப்பது ஏற்கவே முடியாத காரியம். இது எனக்கும் தெரியும். ஒரு நிரந்தரமான அவமான உணர்ச்சியை என் பெற்றோருக்கு நான் அளித்திருக்கிறேன். நல்லது. இதுவும் கடந்து போகும்.

போகுமா?

இருவரும் நேரே மொட்டை மாடிக்குத்தான் வந்தார்கள். அரவணைக்கும் புன்னகை ஒன்றை ஏந்தியபடி வந்தார்கள். நானும் புன்னகை செய்தேன். என்னுடைய புன்னகை மிகவும் பலவீனமாக இருப்பதாக எனக்கே தோன்றியது.

“அப்பாவும் அம்மாவும் ஊருக்குப் போயிட்டாங்களா?” என்றான் மனோஜ்.

நான் வெறுமனே தலையாட்டினேன்.

நிலவிய மௌனம் அவர்களுக்கு நிறைய விஷயங்களைப் புரியவைத்திருக்க வேண்டும்.

“வருத்தப்படாதே அவந்திகா” என்றான் விக்டர்.

வருத்தமென்ன. இனம் காண முடியாத குற்ற உணர்ச்சிதான் மேலோங்கி நிற்கிறது. இரண்டு பேருடன் வாழ்வதென்ற என் தீர்மானத்துக்கான எளிய நியாயங்கள் எப்போதும் எனக்கு உண்டு. படைப்பின் விசித்திரங்களில் நானும் ஒன்றென்று நாளைக்கு உலகம் சொல்லக்கூடும். இரண்டு உயிர்களின் மீது நேசம் கொள்வது எப்படி விசித்திரமாகும்? இது புரியாது. புரிந்துகொள்ளக் கூடியதல்ல. தினவெடுத்தவள் என்று ஒற்றை வார்த்தையில் கிழித்துப் போட்டுவிட்டுப் போய்விடுவார்கள்.

உடலா? உடல் மட்டும்தானா? என் உயிர் இல்லையா? மனம் இல்லையா? என் சிந்தனைகள் அல்லவா நான்?

“இருக்கலாம் அவந்திகா. ஆனாலும் பெண் அல்லவா நீ? இந்தத் தாக்குதல்களிலிருந்து தப்பிக்க வேண்டுமென்றால் நாம் மூவரும் தனியாக ஒரு தீவில் போய்த்தான் வசிக்க வேண்டும். எங்களுக்கும் இதே தாக்குதல்கள் இருக்கத்தான் செய்யும். ஆனால் வீரியம் சற்று வேறு விதமாக இருக்கும்” என்றான் விக்டர்.

தெரிந்தது தான். ஏற்கெனவே பேசியதும் கூட.

எதைத்தான் பேசவில்லை? சித்தம் கலங்குமளவுக்கு சிந்தித்தாகிவிட்டது. பேசிப் பேசி, பேசிப்பேசி எல்லாவிதமான தாக்குதல்களையும் நாங்களே நிகழ்த்திப் பார்த்தாகிவிட்டது. வரக்கூடிய அவமானங்கள், இழிசொற்கள், பாதிப்புகள், விமரிசனங்கள் அனைத்தைக் குறித்தும் முன் வரைவு தயாரித்து அலசி ஆராய்ந்துவிட்டுத்தான் ஒன்றாக வசிக்கத் தொடங்கினோம்.

ஆனாலும் அண்டை வீட்டாரின் கிசுகிசுப்புகளைக் காட்டிலும் அப்பா, அம்மாவின் மௌனம் மிகவும் வேதனை தரக்கூடியதாக இருக்கிறது. ஒரு வார்த்தைகூடப் பேசவில்லை. வா போகலாம்.

அவ்வளவுதான். புறக்கணிப்பின் உச்சக்கட்ட வெளிப்பாடாக அந்த ஒரு சொல்தான் வந்தது. இனிமேல் நீ எனக்கு மகளே இல்லை என்றாவது சொல்லிவிட்டுப் போயிருக்கலாம்.

அப்பாவா சொல்வார்? ஒருபோதும் அவர் வாய் அப்படியொரு வார்த்தையைச் சொல்லாது. வாய் சொன்னாலும் அவர் புத்தி அப்படி எண்ணாது. எப்படி மகளில்லாமல் போகமுடியும்? அவர் வித்துதானே? அவர் வளர்த்த குழந்தை அல்லவா? அவர் சொல்லிக்கொடுத்தவற்றை எப்படி மறக்கமுடியும்?

யோசிக்காமல் இருக்கமாட்டார். ஆனாலும் நான் இப்படி வாழவா சொல்லிக்கொடுத்தேன் என்கிற கேள்வி அனைத்தையும் மறைத்துவிடும்.

“வேண்டாம் அவந்திகா. திரும்பத் திரும்ப அதையே யோசித்துக்கொண்டிருக்காதே. இப்போது இருக்கும் சூழ்நிலையில் அது உன் உடல்நலத்தைக் கெடுக்கும்” என்று அக்கறையுடன் சொன்னான் விக்டர்.

குழந்தை.

ஒரு மகத்தான வரவேற்பை அதற்கு அளிக்க உத்தேசித்திருந்தேன். என்னுடைய உலகத்துக்கு இன்னொரு புதிய விருந்தாளி. முந்தைய தினம்தான் மனோஜும் விக்டரும் உட்கார்ந்து எப்படியெல்லாம் குழந்தையை வளர்க்க வேண்டும் என்று திட்டம் தயாரித்துக்கொண்டு வந்திருந்தார்கள்.

- ஒருபோதும் அடிக்கக் கூடாது.
- திட்டவே கூடாது.
- படி, படி என்று சொல்லக் கூடாது.
- நிறைய விளையாடச் சொல்லவேண்டும்.
- இஷ்டப்படி இருக்கவிடவேண்டும்.
- சுதந்தரம் அளிக்கிறோம் என்கிற உணர்வு கூட அதற்குக் கூடாது. சுதந்தர சூழ்நிலையிலேயே பிறந்து, வளர்ந்து,

வாழ்ந்து தீர்க்கட்டும். நம்மைப்போல் அதுவும் ஓர் உயிர். அந்த மரியாதையை பிறக்கும் கணத்திலிருந்தே அளிப்போம்.

- சங்கீதம் கற்றுத்தருவோம்.
- நல்ல சினிமா, நல்ல உணவு, நல்ல விளையாட்டு, நல்ல நட்பு இவற்றை நமது குழந்தைக்கு நாம் அளிப்போம்.
- அவளது வாழ்க்கை அவள் தேர்ந்தெடுப்பதாக மட்டுமே இருக்கவேண்டும். நமது அபிப்பிராயங்களின் நிழல் அவள் மேல் விழக்கூடாது.
- அவளது திருமணம் குறித்து நாம் யோசிக்கவே கூடாது.

படித்துவிட்டு விழுந்து விழுந்து சிரித்தேன். அவர்களும் சேர்ந்து சிரித்தார்கள்.

“நமது அறிவுஜீவித்தனமெல்லாம் மண்டியிடும் இடம் இதுதான் அவந்திகா. மனசுக்குள் நானே குழந்தையாகிவிட்டதுமாதிரி இருக்கிறது” என்று சொன்னான் விக்டர்.

புன்னகை செய்தேன்.

நாங்கள் மட்டும் இருக்கும்போது எந்தக் கவலையும் இல்லாமல் தான் இருக்கிறது. பெற்றோரே ஆனாலும் இன்னொருவர் வரும்போதுதான் மிகவும் அசௌகரியம் ஆகிவிடுகிறது.

“விடு, விடு” என்றான் மனோஜ்.

விடத்தான் வேண்டும். வேறென்ன செய்யமுடியும்?

பேச்சை மாற்றும்பொருட்டு விக்டர்தான் ஆரம்பித்தான். குழந்தைக்கு என்ன பெயர் வைக்கலாம்?

நூறு பெயர்களைப் பேசினோம். எதுவுமே எனக்குத் திருப்தியளிக்கவில்லை.

“நீயே சொல் மனோஜ்? குழந்தை என்பது கவிதை அல்லவா? அந்த உணர்வு பெயரில் வரவேண்டாமா?” என்றேன்.

சட்டென்று அவன் தான் சொன்னான். கவிதா.

கவிதா. கவிதா. கவிதா.

க்ரேட் என்றேன். அவர்கள் புன்னகை செய்தார்கள்.

ஒரு பேப்பரை எடுத்து *K - A - V - I - T - H - A* என்று எழுதினேன். பார்த்துக்கொண்டே இருந்தேன்.

சட்டென்று அந்தக் கணத்தில் அதைச் சொல்லிவிடலாம் என்று தோன்றியது. இருவரையும் ஒருமுறை நிமிர்ந்து பார்த்தேன். பிறகு அதே புன்னகை மாறாமல் பெயருக்கு முன்னால் *M* என்று எழுதினேன்.

மனோஜும் விக்டரும் ஒருவரை ஒருவர் வியப்புடன் பார்த்துக்கொண்டார்கள். என்ன நினைத்துக்கொண்டானோ. விக்டர், மனோஜின் கையைப் பற்றிக் குலுக்கினான். சில வினாடிகள் எதுவும் பேசாமல் அமைதியாகவே இருந்தான். பிறகு, ‘டீ போட்டுக் கொண்டுவருகிறேன்’ என்று சொல்லிவிட்டு இறங்கிப் போனான்.

மனோஜ் என்னை நெருங்கி, என் கையைப் பிடித்துத் தூக்கி புறங்கையில் மெத்தென்று ஒரு முத்தம் வைத்தான்.

“தேங்ஸ் அவந்திகா. எனக்கு ஒரு பதவி அளித்ததற்கு” என்று சொன்னான்.

நான் எதுவும் பேசாதிருந்தேன். அன்றிரவு விக்டரின் அறையில்தான் நான் படுத்துக்கொண்டேன்.

அவனுடன் நிறைய பேசவேண்டும் என்று நினைத்துத்தான் சென்றேன். ஆனால் ஏனோ படுத்ததும் தூக்கம் வந்துவிட்டது.

அத்தியாயம் பதினைந்து

காத்திருந்தோம். எங்களுக்கு முன்னால் இரண்டு பேர் உள்ளே போக வேண்டியிருந்தது. ஒரு தோராய மதிப்பீட்டில் டாக்டர் ஒவ்வொரு பேஷண்டுக்கும் இருபத்தைந்து நிமிடங்கள் எடுத்துக்கொள்கிறார் என்று கணக்கிட்டேன். கொஞ்சம் அதிகம்தான். நீட்டி முழக்கி ஒவ்வொருவரிடமும் ஊர்க்கதையெல்லாம் பேசும் வழக்கமோ என்னமோ.

முதல் முறை மனோஜை என்னுடன் அழைத்துப் போனபோது ஐந்து நிமிடங்களில் பார்த்து அனுப்பிவிட்டார். எடுக்க வேண்டிய ஸ்கேன், சிறுநீர் மற்றும் ரத்தப் பரிசோதனைகள். எழுதிக்கொடுத்துவிட்டு ரிசல்டுடன் வரச் சொல்லியிருந்தார். ரிசல்ட் வாங்கப் போன மனோஜ் அங்கிருந்த பெண்ணிடம் ஆர்வத்தில் ஏதோ விசாரிக்க, உப்பு மட்டும் கொஞ்சம் அதிகம் இருக்கிறது என்று சொல்லியிருக்கிறாள்.

இத்தனைக்கும் நான் பெரிய ரோஷக்காரியெல்லாம் இல்லை. தேவைக்கதிகமான உப்பு காரங்கள் சேர்த்துக்கொள்வதும் கிடையாது. ஆனாலும் ஏனோ உப்பு அதிகம். பாதகமில்லை. சரி செய்துவிடக்கூடியதாகத்தான் இருக்கும். மருத்துவம் எத்தனையோ வளர்ந்திருக்கிறது.

மனோஜுக்குத்தான் கவலையாகிவிட்டது. என்ன செய்யலாம், என்ன செய்யலாம் என்று தவித்துப் போய்விட்டான். விக்டரிடம் சொன்னபோது, 'நத்திங் டு ஒரி. அதெல்லாம் டாக்டர் பார்த்துப்பார்' என்றான் புன்னகையுடன்.

தெரிந்ததுதான். பிரமாதமான விஷயமும் இல்லை. ஆனபோதிலும் அப்போது மனோஜ் சற்றே கோபப்பட்டது எனக்கு வியப்பாக இருந்தது.

"டாக்டர் பார்த்துப்பாங்கன்னு தெரியாதா விக்டர்? ஆனா கவலையா இருக்குமில்ல?"

"நத்திங் டு ஒரி" என்றுதான் விக்டர் அப்போதும் சொன்னான். மனோஜ் பேசவில்லை. எழுந்து வெளியே போய்விட்டான்.

எனக்குச் சிரிப்பும் வியப்புமாக அந்தச் சூழ்நிலையே புதிதாக இருந்தது. எதையும் காட்டிக்கொள்ளக்கூடாது என்று திரும்பத்திரும்ப சொல்லிக்கொண்டேன். வாஸ்தவத்தில் விக்டரைக் காட்டிலும் மனோஜ்தான் மிகவும் இயல்பானவன். எதற்கும் அலட்டிக்கொள்ளாத சுபாவத்தில் அவனது கம்பீரம் எப்போதும் மேலோங்கி நிற்கும்.

ஒரு சமயம் யாரோ விடலை எங்கள் வீட்டு வாசல் சுவரில் கரிக்கட்டியால் ஒரு படம் வரைந்து வைத்துவிட்டுப் போய்விட்டான். ஒரு உறையில் இரு வாள்கள். கொஞ்சம் கை பழகினால் நல்ல ஓவியனாக வரக்கூடிய சாத்தியம் இருக்கிறது என்று மனோஜ் சிரித்துக்கொண்டே சொன்னான். விக்டருக்குத்தான் கோபம் பொத்துக்கொண்டுவந்துவிட்டது. வரைந்தவனின் பிறப்பை ஆங்கிலத்தில் இழித்துச் சொல்லிவிட்டு, சுண்ணாம்பு வாங்கிவந்து தானே அடித்து அழித்துவிட்டுத்தான் ஓய்ந்தான்.

அன்று முழுவதும் எதற்காகவோ அவன் கோபப்பட்டுக்கொண்டே இருந்தான். மனோஜ்தான் ஒவ்வொருமுறையும் சமாதானப் படுத்திக்கொண்டிருந்தான். இதெல்லாம் நம்மை பாதிக்கக் கூடிய விஷயங்களா? எதற்காக உணர்ச்சிவசப்படுகிறாய்? என்னென்ன நடக்கலாம் என்று யோசித்துப் பட்டியல் போட்டு

வைத்துக்கொண்ட பிறகல்லவா நாம் சேர்ந்து வாழவே ஆரம்பித்தோம்?

விக்டர் பதில் சொல்லவில்லை. அவனது கோபம் அப்போது எனக்கு மிகவும் பிடித்திருந்தது. சமாதானப்படுத்தும் வகையில் மூவருமாக அமர்ந்து ஒன்றரை மணிநேரம் ரம்மி ஆடித்தீர்த்தோம். மனோஜ், குடிக்கலாம் என்று சொன்னான். அவனே போய் மூன்று பாட்டில்கள் ஒயின் வாங்கிக்கொண்டு வந்தான். இரவு உணவுக்கு முன் ஒன்றாக அமர்ந்து நிதானமாகக் குடித்தோம்.

"இது உன் அப்பா, அம்மாவுக்குத் தெரியுமா அவந்திகா?" என்று சீண்டத் தொடங்கினான் மனோஜ்.

"தெரிந்தால் தொலைந்தேன்."

விக்டர் சிரித்தான். "ரொம்ப மிரட்டினால் அவர்களிடம், காளி மகிஷனைக் கொல்வதற்கு முன்னால் என்ன குடித்துவிட்டு வந்தாள் என்று கேள்" என்று சொன்னான்.

அது சரி.

"இதோ பார் அவந்திகா. குடிப்பது, ஒன்றுக்கு மேற்பட்டவர்களை மணப்பது இதெல்லாம் ஆதிகாலத்திலிருந்து இந்தியமண்ணில் இருந்துவரும் வழக்கம்தான். நம் ஊரில் எந்தக் கடவுள் ஒரே மனைவியுடன் நிறுத்திக்கொண்டிருக்கிறார் சொல் பார்க்கலாம்? நீ ரிக்வேதம் படித்திருக்கிறாயா? வேத காலத்து முனிவர்களில் பலபேர் மொடாக்குடியர்களாக இருந்திருக்கிறார்கள் தெரியுமா? வேள்வியில் ஆகுதியாக ஊற்றப்படும் வஸ்துக்களில் மது மிகவும் முக்கியமானது. சொல்லப்போனால் உன் அப்பா, அம்மாவைக் காட்டிலும் நீதான் இந்த மண்ணுக்கேற்ற பெண்ணாக வாழ்கிறாய்"

விக்டரின் கிண்டலை நான் மிகவும் ரசித்தேன். அவன் மூட் மாறி சம நிலைக்கு வந்ததில் எனக்கு மிகவும் சந்தோஷம். உண்மையில் எனக்கு எந்த நியாயங்களும் எந்த நிரூபணங்களும் தேவையில்லை என்பதில் நான் தெளிவாக இருந்தேன். இது நான் விரும்பி ஏற்றுக்கொண்ட வாழ்க்கை. எனக்கு மிகவும் பிடித்தமானதாகவும்

இருக்கிறது. பெற்றோரைக் குறித்த நினைவுகள் அவ்வப்போது வந்து சற்றே குற்ற உணர்ச்சி கொள்ளச் செய்கிறது என்பது உண்மைதான். ஆனால் என் பிறப்புக்கு அவர்கள் ஒரு நிமித்தம் மட்டுமே என்று தத்துவார்த்த விழிப்புணர்வுடன் சிந்திக்க ஆரம்பித்துவிட்டால் அதுவும் கூடப் பிரச்னை இல்லாமல்தான் இருக்கிறது.

○

டாக்டர் அழைப்பதாக அட்டண்டர் வந்து சொன்னான். எழுந்து உள்ளே போனோம். டாக்டர் புன்னகை செய்தார். உட்காரச் சொன்னார். ரிப்போர்ட்டுகளைப் பார்த்தார். 'குட்' என்று ஒரு சொல்லில் நிம்மதியைக் கொடுத்தார்.

மனோஜ்தான் மாய்ந்து மாய்ந்து கேட்டுக்கொண்டிருந்தான். எல்லாம் நார்மலா? உப்பு நார்மலா? சர்க்கரை நார்மலா? ரத்த அழுத்தம் நார்மலா? தலைசுற்றல் அடிக்கடி வருவது ஏன்? வாந்தி எடுப்பது ஸ்டிரெயின் அல்லவா? தவிர்க்க என்ன செய்யலாம்? அல்லது தவிர்க்கத்தான் வேண்டுமா?

டாக்டர் பொறுமையாக விளக்க ஆரம்பித்தார். சில எளிய கைமருத்துவக் குறிப்புக¨ளையும் அளித்தார். எனக்கு வியப்பாக இருந்தது. பொதுவாக டாக்டர்கள் யாரும் நாட்டு மருந்துகளை சிபாரிசு செய்வதில்லை என்று நினைத்துக்கொண்டிருந்தேன். அதைச் சொன்னபோது சிரித்தார்.

''நான் ஆயிரம் பிரசவம் பார்த்திருக்கேன். ஆனா எனக்குப் பிரசவம் பார்த்தது யார் தெரியுமா? ஒரு ஆயாதான். ஹஸ்பெண்டோட வெளியூர் போயிருந்தேன். வழியில வலி எடுத்துடுச்சி. என்ன பண்ணமுடியும்? ரோடு ஓரமா வண்டிய நிறுத்திட்டு இறங்கி ஒரு குடிசைப்பக்கம் போனோம். ஒரு கெழவி இருந்தா. இந்தமாதிரின்னு சொன்னதும், உள்ளவான்னு கூப்ட்டு தலகாணி ஒண்ண எடுத்துப் போட்டு அப்படியே படுன்னா. அஞ்சே நிமிஷம். ஆச்சு. ரெண்டு நாள் அங்கயேதான் தங்கியிருந்தேன். அவ குடுத்த சாப்பாடுதான். ஆச்சு இருபது வருஷம். இப்ப எம்புள்ள ஸ்டேட்ஸ்ல இருக்கான்''

உள்ளே போகும் ஒவ்வொரு பேஷண்டும் வெளியே வர ஏன் இருபத்தைந்து நிமிடங்கள் ஆகின்றன என்பது எனக்குப் புரிந்தது. சிரித்துக்கொண்டேன்.

மனோஜுக்குப்பரமதிருப்தி. நல்லடாக்டர்என்றுதிரும்பத்திரும்பச் சொல்லிக்கொண்டே இருந்தான். செக்கப்புக்கு மாதம் ஒருமுறை வந்தால் போதுமா, ஒவ்வொரு வாரக்கடைசியிலும் வரலாமா என்று கேட்டான். டாக்டர் சிரித்தார்.

"இந்தமாதிரி ஹஸ்பெண்ட் எல்லாருக்கும் கிடைக்கமாட்டாங்க" என்று அவர் சொன்னதில் மனோஜ் முகம் பூத்தேவிட்டது. சிரித்தேன்.

வீடு திரும்பியபோது மணி இரவு ஒன்பதாகிவிட்டது. விக்டர் சமைத்துவைத்துவிட்டு வாசலில் அமர்ந்து பேப்பர் படித்துக்கொண்டிருந்தான். எங்களைப் பார்த்ததும் புன்னகை செய்தான்.

"என்ன சொன்னாங்க டாக்டர்?"

"எல்லாம் நார்மல்தான்" என்று மனோஜ் சொன்னான்.

விக்டர் அவனை கொப்பளிக்கும் புன்னகையுடன் உற்றுப் பார்த்தான்.

"என்ன.. என்ன பாக்கற? இதையேதானே நான் சொன்னேன், அப்ப முறைச்சிக்கிட்டு போனியேங்கறியா?"

"நான் ஒண்ணுமே சொல்லலியே?"

"சொல்லாட்டாலும் எனக்குத் தெரியும்"

எனக்கு சிரிப்பு வந்துவிட்டது. சிறுவர்கள் மாதிரி அவர்கள் அடித்துக்கொண்டதை சந்தோஷமாக ரசிக்க ஆரம்பித்தேன்.

"இதோபார் மனோஜ்.. குழந்தை என்பது சந்தோஷம். பயப்படுவதற்கான காரணி அல்ல. சந்தோஷமாக எதிர்கொள்ள வேண்டிய விஷயம். உனக்கு நான் சொல்லவேண்டியதில்லை. நீயே சைக்காலஜி படித்தவன்.."

மனோஜ் சில வினாடிகள் அமைதியாக இருந்தான். தீவிரமாக யோசித்துக்கொண்டிருப்பது போலப் பட்டது. ஏதோ சொல்லத் துடித்து, சொற்கள் கிடைக்காமல் அல்லாடுபவன் போலவும் இருந்தது. எழுந்துபோய் தண்ணீர் குடித்துவிட்டு வந்து அமர்ந்தான். மீண்டும் சற்று நேரம் அமைதிகாத்துவிட்டு பிறகு விக்டரைப் பார்த்துப் பேச ஆரம்பித்தான்.

“நீ சொல்வது புரிகிறது விக்டர். எனக்கே வித்தியாசம் தெரிகிறது. கொஞ்சநாளாக நான் சரியாகத்தான் இல்லை. பயமா என்று தெரியவில்லை. பயம் மாதிரித்தான் இருக்கிறது. என்னுடைய பயம் அர்த்தமற்றது என்பது புரியும் அதே வேளை அதைத் தவிர்க்க முடியாது என்றும் தோன்றுகிறது. குழந்தை நல்லபடியாகப் பிறக்கவேண்டும் என்பதைத் தவிர புத்தியில் வேறு எதுவுமே இல்லாமல் போய்விட்டது. *I've become a sentimental idiot.* இது எனக்கு வியப்பாகவும் கவலையாகவும் இருக்கிறது. என்ன செய்வது? என்னுடைய குழந்தை என்கிற எண்ணம்தான் எனக்கு இதைக் கொண்டுவந்து சேர்த்துவிட்டது போலிருக்கிறது.”

நான் மிகுந்த அதிர்ச்சியும் வியப்புமாக அவனை நிமிர்ந்து பார்த்தேன். மனோஜ் யாரையுமே பார்க்காமல் தரையைப் பார்த்துப் பேசிக்கொண்டிருந்தான்.

விக்டரின் முகம் இருண்டுவிட்டது. மேற்கொண்டு அங்கே அமர்ந்திருக்கப் பிடிக்காமல் மெல்ல எழுந்து உள்ளே போய்விட்டான்.

எனக்குத்தான் சொல்லமுடியாத வேதனையாக இருந்தது. எதையும் பேசுவதைக் காட்டிலும் மௌனமாகப் போய் படுத்துவிடுவதே சிறந்தது என்று நினைத்தேன். நேரே என்னுடைய அறைக்குப் போய் கதவை இழுத்துச் சாத்திக்கொண்டேன். நெடுநேரம் தூக்கம் வரவில்லை. உறங்க ஆரம்பித்தபோது எப்படியும் மணி ஒன்று இருக்கும். ஒன்றரைக்கெல்லாம் அறைக்கதவு தட்டப்படும் சத்தம் கேட்டது. எழுந்து திறந்தபோது விக்டர் நின்றுகொண்டிருந்தான்.

“அவந்திகா, உன்னுடன் கொஞ்சம் பேசவேண்டும்” என்று சொன்னான்.

அத்தியாயம் பதினாறு

வாழ்க்கை விசித்திரமானது. வானத்தில் நகர்ந்து போகும் மேகக்கூட்டங்களைப் போல் கணந்தோறும் புதுப்புது உருவம் எடுத்து நிற்கிறது. ஒரு திருப்தி. ஒரு நிறைவு. ஒரு சந்தோஷம். ஒரு பேரானந்தம். ஒரே கணம்தான். அடுத்த வினாடி அது இருந்த இடம் எங்கே என்று தேடிப்பார்ப்பது சுவாரசியமாகத்தான் இருக்கிறது. மீண்டும் அது வரலாம். அவசியம் வரும். வரத்தானே வேண்டும்? எட்டர்னல் ரெகரன்ஸ். அது இல்லாமல் எப்படி? இந்தக் கணத்தின் வருத்தங்கள் கூட எப்போதோ எந்த யுகத்திலோ எனக்கே நேர்ந்த மாதிரித்தான் இருக்கிறது. சரியாகக் காட்சி பிடிபடவில்லை. எங்கோ வழுக்கிக்கொண்டு ஓடி மறைந்துவிடுகிறது. ஆனால் எனக்குத் தெரியும். அடிமனத்தில் ரகசியமாக நினைவு தங்கித்தான் இருக்கிறது.

நான் விக்டரை அத்தனைத் தீவிர முகபாவத்துடன் அதற்கு முன் பார்த்ததில்லை. எத்தனை நெருக்கடி வந்தாலும் அவனது முகம் சமநிலை குலைந்து காணப்படாதிருப்பது பற்றி நானே பல சமயம் வியந்திருக்கிறேன். அது ஒரு வரம். அது ஒரு சௌகரியமும் கூட. தனது மனத்தின் சந்தோஷங்களையும் துக்கங்களையும் ஒரு போதும் தன் முகம் பிரதிபலித்துவிடாதபடி மிகவும் கவனமாகப் பராமரிப்பவன் அவன். தேவைப்பட்டால் ஒரு சிறு புன்னகை.

அதைத்தவிர எப்போதும் வேறேதுமில்லை. ஆனால் அவனல்லவா அன்றைக்கு அத்தனை பதற்றமுடன் என் அறையில் குட்டி போட்ட பூனை போல் குறுக்கும் நெடுக்கும் நடந்துகொண்டிருந்தான்?

"அவந்திகா, எனக்கு விவரிக்கமுடியாத ஏதோ நெருக்கடி ஏற்பட்டிருப்பது போல உணர்கிறேன்" என்றான் விக்டர்.

விவரிக்கவும் வேண்டுமா? எனக்குத் தெரியும். என் குழந்தைக்கு நாந்தான் 'எம்' என்று இனிஷியல் இட்டேன். அதனைத் தொடர்ந்து என் மீதும் என் உடல் நலத்தின் மீதும் மனோஜ் காட்டுகிற பிரத்தியேக சிரத்தை விக்டருக்கு எம்பராஸிங்காக இருக்கிறது. இது எனக்குப் புரிகிறது. அவனையும் குறை சொல்லமுடியாது. சொல்லவும் கூடாது. அவனது அக்கறைக்குக் குறைச்சல் என்ன? முதல் நாள் கூட என்னை உட்காரவைத்து, கால் வீக்கத்துக்கு எண்ணெய் தடவி உருவிவிட்டான். 'உனக்கு நீர் கொஞ்சம் அதிகம் அவந்திகா. அதுதான் அடிக்கடி இப்படி ஊதிக்கொள்கிறது. தினசரி வாக்கிங் போகவேண்டும். மருந்துகளைத் தவறாமல் சாப்பிடவேண்டும்.' என்று குழந்தைக்குச் சொல்வது போலக் கனிவுடன் கேட்டுக்கொண்டான்.

மனோஜுக்கும் இது தெரியும். அவனுக்கு விகல்பம் கிடையாது. விரோதங்கள் நிச்சயம் கிடையாது. என் அனுமதி இல்லாமல் என்னையோ, எனக்குப் பிறக்கவிருக்கும் குழந்தையையோ தன் தனியுடைமையாகக் கருதிவிடமுடியாது என்பதையும் அவன் அறிவான். ஆனாலும் அவனது பரவசத்தை நான் முழுதாகப் புரிந்துகொள்ளத்தான் செய்தேன்.

என் சந்தோஷம் எனக்குப் புரிகிறதே. இதற்குமுன் நான் அனுபவித்திராத சந்தோஷமல்லவா இது? உடலெங்கும் கோழிச் சிறகு கொண்டு மெல்ல வருடுவது போல இருப்பதற்குப் பெயரென்ன? என்னை ஒரு கருவியாகக் கொண்டு இந்த உலகுக்கு இன்னொரு உயிரைப் பரிசளிக்க இயற்கை முடிவு செய்திருக்கிறது. இது பெருமையல்லவா? சந்தோஷமல்லவா? பேரானந்தம் அல்லவா? நீ அதற்கு சந்தோஷப்படாதே என்று யார் எனக்குக் கட்டளையிட முடியும்? அப்படியே கட்டளை இட்டாலும் நானா கேட்பேன்?

ஆகவே எனக்கு மனோஜைப் புரிந்தது. அவன் மனமும் உடலும் தரிக்காமல் சந்தோஷத்தில் துள்ளிக்குதித்துக்கொண்டிருந்ததை என்னால் உணர முடிந்தது. தவறில்லை. இது விக்டருக்குப் புரியவேண்டும் என்று அவன் நினைப்பானானால் அதிலும் தவறேதும் இருக்கமுடியாதுதான்.

'சீச்சீ, பைத்தியம். விலகலாக உணர்கிறாய் என்றால் அது உன் தவறு. மனோஜின் பரவசம் நியாயமானது. அடுத்த வருடமோ, அதற்கு அடுத்த வருடமோ இதே சந்தோஷம் உனக்கும் இருக்கத்தான் போகிறது' என்றேன் அவன் கரங்களை அன்புடன் பிடித்துக்கொண்டு.

விக்டர் சிறிதுநேரம் எதுவும் பேசாதிருந்தான். பிறகு மெல்ல, 'புரிகிறது அவந்திகா. ஆனால் நமது வாழ்க்கை அமைப்பைக் குறித்து யோசிக்கும்போது குழந்தைக்கான இடம் குறித்து நாம் யோசித்திருக்கிறோமே தவிர, குழந்தையின் இனிஷியல் என்று ஒரு விஷயத்தை நாம் சிந்திக்கத் தவறிவிட்டோம்'

'அதனால் என்ன? இரண்டு இனிஷியல்களாகப் போட்டுக் கொண்டால் போகிறது. இதெல்லாம் ஒரு பெரிய விஷயமா?'

பெரிய விஷயம்தான். எனக்கே தெரிந்துதான் கேட்டேன். அது உதட்டிலிருந்து வந்த பதில். இதையும் உணர்ந்தேதான் இருந்தேன்.

'அப்படி இல்லை அவந்திகா. நம் மூவருக்குள்ளும் எந்த விஷயத்திலும் வேறுபாடு கூடாது என்பதுதான் நமது செயல் திட்டம். சட்டென்று ஒரு குழந்தை வந்து என்னைச் சற்றுத் தள்ளி நில் என்று சொல்வதுபோல் உணர்கிறேன். மிகவும் சங்கடமாக இருக்கிறது..'

அப்பப்பா.. இதைவிட தேங்காய் உடைப்பது போலப் பேசிவிடத்தான் முடியுமா? எனக்கு அவன் மீது கோபம் இல்லை. மாறாக மிகவும் வருத்தமாகவும் பரிவாகவும்தான் இருந்தது.

இரவின் தேவதை வெளியைக் குளுமையாக நிறைத்திருந்தாள். ஜன்னலுக்கு வெளியே தெரிந்த நட்சத்திரங்கள் மேலும் கீழும்

விழுந்து விழுந்து ஊஞ்சலாடிக்கொண்டிருந்தன. ஒரு விமானம் சத்தமின்றிப் பறந்து கடந்தது. நான் விக்டரிடம் சொன்னேன்:

‘இது தவிர்க்க முடியாது விக்டர். நீதான் புரிந்துகொள்ளவேண்டும். இந்தக் குழந்தை அவனுடையதுதான். அவனது சந்தோஷத்தைக் குறைத்துக் கொள்ளச் சொல்லி என்னால் கேட்கமுடியாது’

‘அவசியமில்லை அவந்திகா. அதே சமயம் என்னுடைய அக்கறை அர்த்தமில்லாமல் போய்விடாமல் நீ பார்த்துக்கொள்ள முடியுமல்லவா?’

‘சேச்சே.. என்ன பேசுகிறாய். எனக்கு மனோஜ் அளவுக்கு நீயும் முக்கியம். ஐ லவ் யூ..’ என்று அவனை இறுக அணைத்துக் கொண்டேன்.

கதவு தட்டப்படும் சத்தம் கேட்டது. இருவரும் பார்த்தோம்.

‘வரலாமா?’ என்றபடி மனோஜ் உள்ளே வந்தான்.

‘தூங்கலியா ரெண்டு பேரும்?’

‘தூக்கம் வரலை மனோஜ்’ என்றான் விக்டர்.

‘குழந்தைய கார்னல் யூனிவர்சிடில போடலாமா, ஆக்ஸ்போர்ட் யூனிவர்சிடியான்னு டிஸ்கஷன் நடக்குதா?’ என்றான் சிரித்தபடி.

விக்டரும் சிரித்தான்.

‘இல்லை மனோஜ். உன்னைத் தூக்கி எந்தக் கிணற்றில் போடலாம் என்று சதித்திட்டம் தீட்டிக்கொண்டிருக்கிறோம்.’ என்றேன் நான்.

‘என்னையா? எதுக்கு?’

‘இதோபார் மனோஜ். பயாலஜி பிரகாரம் என் வயிற்றில் வளரும் கருவுக்கு நீ காரணம். ஆனால் அது வெளியே வரும்போது அதற்கு இரண்டு அப்பாக்கள் உண்டு என்பதை நீ மறந்துவிடக்கூடாது..’ என்று கிண்டலாகச் சொல்வது போலக் கண்டிப்புடன் பேசினேன்.

‘வாட் நான்சென்ஸ்? நீ என்ன பேசுகிறாய் அவந்திகா?’

‘குழந்தை விஷயத்தில் நீ கொஞ்சம் இமோஷனலாக நடந்து கொள்கிறாய் மனோஜ். இது விக்டருக்கு சங்கடமாக இருக்கிறது. நம் மூவருக்குள்ளும் எக்காரணம் கொண்டும் கருத்து வேறுபாடுகள் வந்துவிடக்கூடாது. புரிகிறதா?’

மனோஜ் விக்டரை வியப்புடன் பார்த்தான். ‘அவந்திகா சொல்வது நிஜமா விக்டர்?’

விக்டர் தர்மசங்கடமாக என்னைப் பார்த்தான். இதுதான் எல்லைக் கோடு. அங்கே விழுந்தால் அவமானம். இங்கே விழுந்தால் அசிங்கம். விழாமல் நிற்பது வித்தை. இருபதடி உயரத்தில் கயிற்றின் மேல் நிற்கும் கழைக்கூத்தாடி போலத் தன்னை உணர்கிறானா என்ன?

‘என்னை மன்னித்துவிடு மனோஜ். இதை உன்னிடம் சொல்லிவிடவேண்டும் என்று எனக்குத்தான் தோன்றியது. விக்டர் சொல்லவில்லை. நமது அன்பு ஒரு குழந்தையால் பங்கு பிரிக்கப்படக்கூடாது என்று நினைக்கிறேன். முடிந்தால் நமது அன்பை மொத்தமாக அதற்குக் கொடுப்போம். இல்லாவிட்டால் மூவரும் தனித்தனியே அதனிடம் அன்பு செலுத்துவோம்’

எத்தனை அபத்தம்! எனக்கே தெரிந்திருந்தது. தமிழில் பேசச் சங்கடப்பட்டு ஆங்கிலத்தின் பின்னால் போய் ஒளிந்துகொள்வதில் நேர்கிற அபத்தம் இது. அடிக்கடி நேரத்தான் செய்கிறது. அன்பு என்ன அப்பமா? வடையா? ஆளுக்கொரு பக்கம் பிடித்து இழுத்துப் பிய்த்துப்போட? சூட்சுமம் எனப்படும் பரம்பொருளின் இன்னொரு பெயரல்லவா? நீரைப்போல நிரப்பப்படும் பாத்திரத்தின் வடிவைத் தன் வடிவாகக் கொள்ளும் பேரனுபவம் அல்லவா அது?

படித்துத் தொலைத்த தத்துவங்களும் தரிசனங்களும் இப்படித்தான் தக்க சமயத்தில் கைவிட்டுக் கால்வாரி நிற்கின்றன. வெறும் அபத்தங்களால் நிறைந்த சந்தர்ப்பங்களில் ஒரு நிமிடம் கூட நிம்மதியாக சுவாசித்துக்கொண்டு உயிர்வாழமுடிவதில்லை. கணம்தோறும் இறக்கிறோம். கணம்தோறும் பிறப்பதற்கு மறுபடியும் அதே அன்புதான் வேண்டியிருக்கிறது.

பல்லைக் கடித்துக்கொண்டு உறுதியாகச் சொன்னேன்: 'மனோஜ், இது என் வேண்டுகோள், அல்லது கட்டளை. வாழ்நாளில் ஒருபோதும் அது உன் குழந்தை என்று நீ பிரத்தியேகமாகச் சொந்தம் கொண்டாடக் கூடாது. அது நம் குழந்தை. நம் மூவருக்கும் சொந்தமானது. அடுத்தவருடம் அவசியம் நான் விக்டருக்கு ஒரு குழந்தை பெற்றுத்தருவேன். அவனுக்கும் இதே உத்தரவுதான். அதுவும் நம் மூவருக்கும் உரித்தானதாக மட்டுமே இருக்கும்; இருக்க வேண்டும். சரியா?'

ஐந்து நிமிடங்களுக்கு மேல் அறையில் யாரும் பேசவேயில்லை. மனோஜ்தான் மௌனத்தைக் கலைத்தான். அவன் முகம் மிகவும் தீவிரமாக இருந்தது. மிக நீண்டதொரு சொற்பொழிவு நிகழ்த்த ஆயத்தம் செய்துகொள்கிறவன் மாதிரி எழுந்து நின்றான். எங்கள் இருவரையும் பொதுவில் பார்த்துச் சொன்னான்:

'நம் மூவருக்குள்ளும் எந்த வித்தியாசமும் இல்லை என்பதை நான் ஒப்புக்கொள்கிறேன். நமக்குள் எக்காரணம் கொண்டும் பிளவு வரக்கூடாது என்பதிலும் சம்மதமே. ஆனால் குழந்தை விஷயத்தில் நான் சமரசம் செய்யத் தயாரில்லை. அது என்னுடையதுதான்.'

சொல்லிவிட்டு வெளியே போய்விட்டான். அதிர்ச்சியில் நெடுநேரம் எங்களுக்குப் பேச்சே வரவில்லை.

அத்தியாயம் பதினேழு

பக்கத்து வீட்டுக்குப் புதிதாக ஒரு மார்வாரி குடும்பம் குடிவந்திருந்தது. எல்லோருமே ரொம்ப வளர்த்தி. உண்ணும் உணவு மட்டுமா காரணமாக இருக்கமுடியும்? நான் நம்பவில்லை. வாழ்க்கையை எத்தனை சந்தோஷமாக வாழ்கிறார்கள்? ஆறு பேர் கொண்ட குடும்பம் அது. மூன்று பெண்களும் ஒரு மகனும். ரேஷன் கார்டில் குடும்பத்தலைவராக இருப்பவர் சவுக்கார்பேட்டையில் கடை வைத்திருக்கிறார். வட்டியும் முதலும். ஆனாலென்ன? வெள்ளி தவறாமல் மகாலஷ்மி விரதம், சனிக்கிழமையானால் ஏழுமலையான் விரதம். காய்வதெல்லாம் பகலில் மட்டும்தான். இரவு விரதம் முடிக்கும் வேளையில் வீட்டிலிருந்து வரும் வாசனை ஆளைத் தூக்கும். அந்த அம்மாளுக்கு அப்படி என்ன கைமணமோ தெரியவில்லை. ராத்திரி வேளையில் இப்படியெல்லாம் சாப்பிட்டால் உடம்புக்கு ஆகுமோ?

கேட்கத்தான் எப்போதும் நினைப்பேன். கேட்டதில்லை. சமயத்தில் மூடிய தட்டுகளில் ரவா லாடுகளோ, குலோப் ஜாமூன் போன்ற ஏதோ ஒரு பெயர் தெரியாத வடநாட்டுத் தின்பண்டமோ எடுத்துக்கொண்டு அந்தக் கடைசிப் பெண் வரும். ரவா லாடுகளும் புன்னகையும். ஆண்ட்டி, அம்மா குடுத்துட்டு வரசொன்னாங்க.

விக்டர் எங்கோ பார்த்தபடி இதை கவனித்துக்கொண்டிருப்பான். அந்தப் பெண் போனபிறகு மூவருமாக அமர்ந்து ருசி பார்ப்போம்.

'நல்லா இருக்கில்லே?'

'அவந்திகா, அந்தப் பெண் கைகளில் எவ்வளவு வளையல் போட்டுக்கொண்டிருக்கிறாள் பார்! எத்தனை அழகு?'

கண்ணாடி வளையல்கள். இள நீலமும் இளஞ்சிவப்பும் பச்சையும் ஆரஞ்சுமாக தினுசுக்கொரு ஜோடியாக முழங்கை வரை போட்டிருக்கும், அந்தப் பெண்.

அழகுதான். சத்தமிடும்போது இன்னும் அழகு.

அவன் அந்த வளையல்களின் அழகை மேலும் விவரிக்கும்போது வாழ்வின் லயமே அந்த வளையல் வரிசையில் இருப்பது போலத் தோன்றிவிடும். சந்தேகமில்லாமல் விக்டர் ஒரு கலைஞன். தவறிப்போய் பேராசிரியராகிவிட்டான்.

அவன் தான் முதல்முதலில் கேட்டது. 'ஏன் அவந்திகா, ஆறு மாதம் ஆகிவிட்டதல்லவா? உனக்கு ஏன் ஒரு வளைகாப்பு செய்து பார்க்கக் கூடாது?'

எனக்கு முதலில் வியப்பாக இருந்தது. வளைகாப்பு. நன்றாகத்தான் இருக்கும். ஆனால் அம்மாவை எப்படி அழைப்பது? அழைத்தால் மட்டும் வருவாளா? இதுதான் கேடு என்று தபால் கார்டு வரக்கூடும். வருத்தங்களையல்ல; சந்தோஷங்களை மட்டுமே குழந்தையுடன் சேர்த்துச் சுமக்கவேண்டிய காலம் இது என்று மனோஜ் சொன்னான்.

என்றால்?

'நாமே நடத்திவிடலாமே?' மனோஜ்தான் தீர்மானமாகச் சொன்னது. விக்டர் உடனே சரி என்றான்.

'என்றைக்கு வைத்துக்கொள்ளலாம்?'

'நாள் பார்க்கவேண்டாமா?'

அ, நல்லகதை. தீனி போட்டு வளர்த்த பகுத்தறிவு என்னாவது?

‘முட்டாள்தனமாகப் பேசாதே. நாம் சம்பிரதாயமாக இதனைச் செய்ய நினைக்கவில்லை. அவந்திகாவுக்கு அந்த சேட்டுப் பெண்ணைப் போல கைநிறைய வளையல் போட்டுப் பார்க்கவேண்டும் என்பது மட்டும்தான் நமது நோக்கம். இது ஒரு சாக்கு. அவ்வளவுதான். அதற்கு மேல் ஒன்றுமில்லை'

அவ்வளவுதானா? அதற்குமேல் ஒன்றுமில்லையா? யோசித்துப் பார்த்தேன். எதுவும் இருப்பதாக எனக்கே தெரியவில்லை. ஒரு ஸ்வீட். ஒரு காரம். ஒரு காப்பி. போதாது? யதேஷ்டம். நாளைக்கே வைத்துக்கொள்ளலாம் என்று சந்தோஷமுடன் அறிவித்தேன்.

விக்டர் உடனே கடைத்தெருவுக்குக் கிளம்பிவிட்டான். அரைமணியில் அவன் திரும்பியபோது பெட்டி பெட்டியாக ஏகப்பட்ட வளையல்களுடன் வந்திருந்தான். தேடித்தேடிப் பிடித்து எங்கிருந்தோ அறுபதாயிரம் நிறங்கள் கொண்ட பட்டுப்புடைவை ஒன்றையும் வாங்கிவந்திருந்தான்.

வாவ் என்றேன் வியப்பில் வாய்திறந்து.

‘பிடிச்சிருக்கா?'

‘எக்ஸலண்ட்'

‘கரெக்டா அறுவதாயிரம் கலர்ஸ் இருக்கான்னு எண்ணிப்பாக்க முடீயல'

சிரித்தேன். மனோஜ் புடைவையின் விலைப் பட்டியைத் தேடிப் பார்த்தான்.

‘தேடாதே. நான் கிழித்துப் போட்டுவிட்டேன்.'

‘ஏன்?'

‘அது எதுக்கு? இது நம் அவந்திகாவுக்காக வாங்கியது. உனக்குப் பிடித்திருக்கிறதா?'

'ரொம்ப'

'அவ்வளவுதான் விஷயம். விலையை விடு.'

'எப்படியும் அவனுடைய ஒருமாதச் சம்பளம் போயிருக்கும் என்று நினைத்துக்கொண்டேன். ஆனாலும் சந்தோஷமாகத்தான் இருந்தது. இரவு படுத்த பிறகும் இரண்டு முறை எழுந்து புடைவையைப் பிரித்துப் பிரித்துப் பார்த்துவிட்டுத்தான் வைத்தேன்.

மறுநாள் திட்டமிட்டபடி நாங்கள் மூவரும் பல்கலைக் கழகத்திலிருந்து சற்று முன்னதாகவே கிளம்பி வீட்டுக்கு வந்தோம். விக்டர் அவசர அவசரமாக ஹாலைப் பெருக்கி, சோபாக்களின் உறைகளை மாற்றினான்.

'யாரையாவது கெஸ்டாக வரச்சொல்லியிருக்கிறாயா விக்டர்?' என்று மனோஜ் கேட்டான்.

'நோநோ.. இது நாம் மட்டுமே நடத்தி, நாம் மட்டுமே கலந்துகொள்ளும் விசேஷம். நோ கெஸ்ட்ஸ். வேண்டுமானால் அவந்திகாவை நமது கெஸ்டாக நடத்தலாம்' என்று விக்டர் சொன்னான்.

'பொருத்தமாக இல்லை. வரப்போகிற கெஸ்டுக்கு இது வரவேற்பு விழா என்று சொல்லலாமா?'

சிரித்தான். சிரித்தோம். இருவரும் என்னைக் கையைப் பிடித்து அழைத்துவந்து ஹாலில் அமர வைத்தார்கள்.

மனோஜ் எங்கிருந்தோ தேடிப்பிடித்து பழைய சின்னத்தம்பி படப் பாடல் கேசட் ஒன்றை வாங்கிவந்திருந்தான். யாரும் எதிர்பாராத கணத்தில் அரச்ச சந்தனம், கரச்ச குங்குமம் பழகு நெத்தியிலே என்று அது பாடத்தொடங்க, விழுந்து விழுந்து சிரித்தோம்.

இருவரும் மாற்றி மாற்றி என் கன்னங்களில் சந்தனம் தடவினார்கள். சந்தோஷமாக இருந்தது. மனோஜ் எனக்கு ஒரு பந்து மல்லிகைப் பூவைச் சூட்டிவிட்டான். ஆனந்தமாக இருந்தது. நலங்கு வைத்தார்கள். இன்னும் என்னென்னவோ செய்தார்கள். எல்லாமே

சந்தோஷமாகவும் எல்லாமே வினோதமாகவும் வியப்பாகவும் குறுகுறுப்பூட்டக்கூடியவையாகவும் இருந்தன.

யாருக்காவது நன்றி சொல்லவேண்டும்போலிருந்தது. எதற்காக? தெரியவில்லை. யாருக்குச் சொல்வது? அதுவும் தெரியவில்லை. ஒரு குழந்தை வரப்போகிறது. புத்தம்புதியதொரு வரவு. அந்தப் பரவசத்தின் அலைகள்தான் இப்படியெல்லாம் பரிமாணமெடுக்கின்றன. மகிழ்ச்சியின் வான விளிம்புகளில் மோதிக் கவிழ்த்துச் சிலிர்ப்பூட்டும் அலைகள். நன்றி என் குழந்தையே!

விக்டர் புன்னகை செய்தான். ‘ஆரம்பிக்கலாமா?’

பெட்டிகளைக் கொண்டுவந்து என் முன் அடுக்கினான். நான் தயாரானேன். கைநிறைய வளையல்கள். டிஜிட்டல் கேமராவில் படமெடுத்து அம்மாவுக்கு அனுப்பவேண்டும் என்றுதான் சட்டென்று தோன்றியது. விக்டரிடம் சொன்னபோது, ‘செய்யலாமே’ என்றான்.

‘வெறுப்பேற்றுவது போல இருக்கப்போகிறது விக்டர்’ என்றான் மனோஜ்.

‘சேச்சே.. கோபம் இருந்தாலும் மகள் அல்லவா? அதெப்படி வெறுப்பார்கள்? ஒருவேளை நம் சினிமாக்கள் சொல்வது போல, குழந்தை பிறந்தபிறகு அவர்களே மாறினாலும் ஆச்சர்யப்படுவதற்கில்லை அல்லவா?’

நான் பதிலேதும் சொல்லவில்லை. அம்மாவும் அப்பாவும் என்னை ஏற்றுக்கொள்வது என்பதன் உள்ளார்ந்த அர்த்தத்தை யோசித்துப் பார்த்தேன். ஏற்க இயலாத சூழலைத்தான் தொடர்ந்து அவர்களுக்குக் கொடுத்துவந்திருக்கிறேன். ஏற்கவேண்டும் என்று எதிர்பார்ப்பது என்ன நியாயம்? அது பேராசை. என் பிறப்புக்குக் கருவியாக இருந்தவர்களுக்குக் கைமாறு என்று நானேதும் செய்ததில்லை. எனது இருப்பு அவர்களின் அவஸ்தையாகத்தான் இருந்துவந்திருக்கிறது இதுகாறும்.

ஆனால் எனக்கொரு குழந்தை என்று வரும்போது மட்டும் என் அம்மாவின் அங்கீகாரத்தை ஏன் எதிர்பார்க்கிறேன்? புரியவில்லை. அறிவுஜீவித்தனம் மண்டியிடும் இடங்களில் இதுவும் ஒன்றோ என்னமோ?

'ஆரம்பிக்கலாமா?' என்று மீண்டும் கேட்டான் விக்டர்.

'ஒரு நிமிடம் விக்டர். நானே வளையல்களைப் போட்டுவிட விரும்புகிறேன்' என்றான் மனோஜ்.

நான் திடுக்கிட்டு நிமிர்ந்து பார்த்தேன்.

'தவறாக நினைத்துக்கொள்ளாதே அவந்திகா. எனக்கென்னவோ நானே, நான் மட்டுமே உனக்கு வளையல்களைப் போட்டுவிடவேண்டுமென்று தோன்றுகிறது.'

ஒரு கணம் சகிக்கமுடியாத அமைதியில் அறையே வெப்பத்தில் தகித்ததுபோலிருந்தது.

'என்ன சொல்கிறாய் மனோஜ்?'

'என் குழந்தையை வரவேற்க நான் கட்டும் தோரணம் இது.'

எனக்குக் கோபம் வந்தது. இதென்ன முட்டாள்தனம்? பகிர்ந்துகொள்ளும்போதல்லவா சந்தோஷம் அதன் முழுப்பரிமாணத்தைத் தொடுகிறது? இது தெரியாத ஜந்துவா இவன்?

'அப்படி இல்லை அவந்திகா. பகிர்ந்துகொள்ளமுடியாத சந்தோஷங்களும் உண்டு. பகிரமுடியாத துக்கங்களைப் போல. என் மனைவி என்று தனித்து உரிமை கொண்டாடும் சுதந்தரம் எனக்கில்லை என்பது எனக்குத் தெரியும். தெரிந்தேதான் இந்த வாழ்க்கையைத் தேர்ந்தெடுத்தேன். ஆனால் என் குழந்தை என்று சொல்வதை நீ உள்பட யாரும் நிராகரிக்கமுடியாதென்று நினைக்கிறேன்.'

நான் வேகமாக ஏதோ பேச வாயெடுக்குமுன் விக்டர் என்னைக் கைநீட்டித் தடுத்தான். 'பரவாயில்லை அவந்திகா. அவனே செய்யட்டும்.'

அவன் தான் செய்தான். ஆனால் சந்தோஷம் இல்லாமல் போய்விட்டது.

அன்றிரவு விக்டர் என்னிடம் தனியே வந்து, ஒரு மாதம் ஊருக்குப் போகப்போவதாகச் சொன்னான்.

'எந்த ஊர்? எனக்குச் சொல்லவில்லையே?'

அரை நிமிடம் என்னை உற்றுப் பார்த்தான். 'உன்னிடம்தான் சொல்கிறேன். உன்னிடம் மட்டும்தான் சொல்லவும் செய்வேன். எந்த ஊர் என்று இனிமேல்தான் முடிவு செய்யவேண்டும். ஆனால் போவது உறுதி. கண்டிப்பாகக் குழந்தை பிறப்பதற்கு முன்னால் வந்துவிடுவேன்.'

பதிலே சொல்லமுடியாத வெட்டவெளியில் என்னை நிறுத்தி விட்டுத் தன் அறைக்குச் சென்று தாள் போட்டுக்கொண்டான்.

அத்தியாயம் பதினெட்டு

எங்களைக் கொன்றுவிடப் போகிறார்கள் என்று எங்கிருந்தோ காற்று வழியே ஒரு செய்திக்குறிப்பு வந்து சேர்ந்தது.

விமானம் கடத்தப்பட்டு பதினைந்து நாள்கள் ஆகிவிட்டிருந்தன. வேளைக்கு ரொட்டி சாப்பிட்டு, இருப்பதைத் துவைத்து உடுத்தி, தூக்கம் வந்தால் தூங்கி, இல்லாவிட்டால் கவலைப்பட்டு, ஒருவாறாக அந்த வாழ்க்கை பழகத் தொடங்கிவிட்டிருந்த நேரத்தில் இப்படியொரு செய்தி.

யார் இவர்கள்? என்ன கோரிக்கை? எந்த அரசிடம் பேரம் நடந்து தோல்வியடைந்திருக்கிறது? பேரம் தோற்றால், தோல்வியை ஒப்புக்கொண்டு விமானத்தைத் திருப்பி அனுப்பிவிடுகிற நூதனத் தீவிரவாதிகளாக இருந்துவிடமாட்டார்களா?

“மன்னிக்கவும். நாங்கள் செய்யக்கூடியது ஏதுமில்லை. இன்னும் ஒரு முழு இருபத்தி நான்கு மணிநேர அவகாசம் மட்டுமே தரப்பட்டிருக்கிறது. அதற்குப் பிறகு..”

அதற்குப் பிறகு ஏதும் சொல்லாமல் போய்விட்டான் அந்தப் போராளி. அவனுக்கு அவ்வளவு பேசமட்டுமே மேலிடம்

உத்தரவளித்திருக்கும். பரவாயில்லை. கடல் மட்டத்திலிருந்து மூவாயிரம் அடி உயரத்தில் உசிரைவிட்டால் சொர்க்கத்துக்குப் போகும் தூரத்தில் கொஞ்சம் குறையுமாயிருக்கும்.

ஆனால் எனக்குக் கவிதாக்குட்டியை நினைத்தால்தான் சங்கடமாக இருந்தது. அவளது பள்ளியில் பெற்றோர் ஆசிரியர் கழகம் நடத்தும் வருஷாந்திர விழாவுக்கு இம்முறை போகமுடியாமல் போய்விட்டது. மாறுவேடப் போட்டியில் எப்படியும் அவள் பரிசு வாங்கியிருப்பாள். அம்மா வந்திருப்பாளா என்று கடைசி வினாடிவரை கூட்டத்தில் கண்ணை ஓட்டிக்கொண்டே இருந்திருப்பாள். விழா முடிந்து வீட்டுக்கு போன் செய்திருப்பாள். அடித்துக்கொண்டே இருந்துவிட்டு ஓயும் தொலைபேசி பொதுவில் அலுப்பூட்டக்கூடியது. யாராக இருந்தாலுமே. அதைக்காட்டிலும் எங்கேஜ்ட் டோன் பரவாயில்லை. பிரத்தியட்சம் இல்லாதுபோனாலும் பிரமாணம் சாத்தியம்.

சேச்சே. எனக்கென்னவாகிவிட்டது இன்றைக்கு? புத்தி ஒரு நிலையில் இல்லாமல் எதையெதையோ அசைபோட்டுக் கொண்டே இருக்கிறது, அபத்தமாக. கொன்றுவிடப்போகிறார்களோ என்கிற பதற்றம் தரும் குழப்பமாக இருக்கலாம். ஆனால் செய்வதற்கு ஒன்றுமில்லை. எதிர்ப்பு சாத்தியமில்லாத இடங்களில் பணிந்துபோவதுதான் புத்திசாலித்தனம் என்று குந்தர் கிராஸோ, குப்ளாய்கானோ சொல்லியிருக்கிறார்கள்.

மரணத்துக்குப் பணிவது சுவாரசியமானதுதான். அந்தக் கணத்தின் பதற்றங்கள், பயங்கள் அனைத்தும் அடங்கி ஒடுங்கி, வந்து நிற்கும் விருந்தாளியை இன்முகத்துடன் வரவேற்பது ஒரு சவால்.

நான் பிரசவ வார்டில் இருந்தபோது அப்படியொரு காட்சியைப் பார்க்க நேரிட்டது. குரூரம்தான். வலி தரக்கூடியதுதான். வேதனை மிக்கதுதான். ஆனாலும் சில நிமிடங்களில் அந்தச் சூழலுக்கு என்னைப் பழகிக்கொண்டுவிட்டேன்.

எனக்கு மூன்று கட்டில்கள் தள்ளிப் படுத்திருந்த ஒருத்திக்கு ஜன்னி கண்டுவிட்டது. உடனே எமர்ஜென்சி வார்டுக்குத் தூக்கிக்கொண்டுபோய் சிகிச்சையளித்து ஒருமாதிரி காப்பாற்றிக்

கொண்டுவந்து படுக்கவைத்துவிட்டார்கள். ஆனால் அன்றிரவு அந்தப் பெண் எழுந்து உட்கார்ந்து பரபரப்பாக ஏதோ எழுதுவதைப் பார்த்து, ஆர்வம் தாங்கமாட்டாமல் என்னவென்று போய் விசாரித்தேன்.

“எனக்குத் திரும்பவும் ஜன்னிவரப்போகிறது. இம்முறை நான் பிழைக்கமாட்டேன்” என்று சொன்னாள்.

எனக்கு அது அபத்தமாகவும் வியப்பாகவும் பட்டது. மனித மனத்தின் கட்டுப்பாட்டுக்கு உட்பட்டதா மரணம்? வருகிறேன் என்று சொல்லிவிட்டா அது வரும்? என்னால் அதை நம்பமுடியவில்லை.

“சரி, என்ன எழுதுகிறீர்கள்? உயிலா?" என்று கேட்டேன்.

“இல்லை. நான் போனபிறகு என் கணவர் இன்னொரு திருமணம் செய்துகொள்ளலாம் என்று எழுதிவைக்கிறேன். ஆனால் என் குழந்தையை என் அம்மாவிடம் ஒப்படைத்துவிடவேண்டும்”

அவளை இழுத்துவைத்து அறையலாம் என்று நினைத்தேன். அடக்கிக்கொண்டு பேசாமல் என் படுக்கைக்குத் திரும்பிவிட்டேன். கவிதாக்குட்டி என் கட்டிலில் ஒரு பூங்கொத்து மாதிரி படுத்து தூங்கிக்கொண்டிருந்தது அப்போது. புறங்கையும் உள்ளங்கையும் ஒரே மாதிரி சிவந்த நிறத்தில் இருந்ததை அடிக்கடி வியப்புடன் தொட்டுப்பார்த்துக்கொண்டிருந்தேன். என் குழந்தையின் முதல் தினம் அது. காலைதான் பிறந்திருந்தாள். சுகப்பிரசவம். தாயும் சேயும் நலம் என்று என் பெற்றோருக்கு ஒரு போஸ்ட் கார்ட் போடத்தான் ஆளில்லாமல் போய்விட்டது.

முதல் வாரம் வரை என் கூடவே இருந்து கவனித்துக்கொண்டிருந்த மனோஜுக்குத் திடுமென்று வெளியூர் போகும் வேலை வந்துவிட்டது. மிகப்பெரிய வாய்ப்பு அது. அவனுக்கு ரொம்ப நாளாகவே அந்தமான் போய்வரவேண்டும் என்று விருப்பம் இருந்தது. தோதாக ஒரு சந்தர்ப்பம் வர, என்ன செய்வதென்று புரியாமல் கையைப் பிசைந்துகொண்டிருந்தான்.

“கமான் மனோஜ்.. நீ தாராளமாகப் போய்விட்டு வா. எனக்கு எந்தப் பிரச்னையும் இல்லை. ஐ கேன் மேனேஜ்” என்று புன்னகையுடன் சொன்னேன்.

“இல்லை.. ஆனாலும்..”

“நத்திங் டு ஒரி. வேலைக்காரி இருக்கிறாள். எப்படியும் நீ பத்தாம் தேதி வந்துவிடுவாய். எனக்கு டெலிவரி டேட் 14ம் தேதிதான். கவலைப்படாமல் போ”

கவலையுடன் தான் போனான் என்பது எனக்குத் தெரியும். ஆனால் என் கவிதாக்குட்டி ஐந்து நாள் முன்னதாகவே பிறந்துவிடுவாள் என்பது யாருக்குத் தெரியும்?

சட்டென்று வலியெடுத்துவிட்டது. போன் செய்து கால் டாக்ஸி கூப்பிட்டு, நானே கிளம்பித்தான் போய் ஹாஸ்பிடலில் சேர்ந்தேன்.

டாக்டர் சகட்டுமேனிக்குத் திட்டித்தீர்த்தாள். படித்தவள்தானே நான்? புத்தி வேண்டாம்? இப்படியா தனியே கிளம்பி வருவேன்?

படிப்புக்கும் இதற்கும் என்ன சம்பந்தம் என்று எனக்குத் தெரியவில்லை. என்னால் வலியைப் பொறுத்துக்கொண்டு மருத்துவமனை வரை வந்து சேரமுடியும் என்கிற நம்பிக்கை இருந்ததால்தான் செய்தேன். முடியாது என்று தோன்றியிருந்தால் டாக்டருக்கே போன் செய்து விஷயத்தைச் சொல்லியிருப்பேன்.

“வேர் இஸ் யுவர் பேரண்ட்ஸ்?” என்றார் டாக்டர்.

“திருவானைக்காவில் இருக்கிறார்கள் டாக்டர்.”

“அவர்கள் வரவில்லை?”

“இல்லை டாக்டர்.”

“ஏன்?”

நான் பேசாதிருந்தேன்.

“ஓ.. லவ் மேரேஜா?”

லவ் தான். ஆனால் மேரேஜ் இல்லை என்று சொல்லமுடியுமா என்ன? தவிரவும்.. ப்ச். வேண்டாம். எதற்கு அநாவசியப் பேச்சு என்று தலைகுனிந்து பேசாதிருந்துவிட்டேன்.

ஹாஸ்பிடலில் இருந்தபடிக்கே என் மாணவிகள் இருவருக்கு போன் செய்து விஷயத்தைச் சொன்னேன். அவர்கள் இருவரும் அவரவர் வீட்டிலிருந்து ஏதேதோ எடுத்துக்கொண்டு வந்துவிட்டார்கள்.

ஒரு பிரச்னையுமில்லை. நான் மருத்துவமனையில் சேர்ந்த நான்காவது மணி நேரத்தில் என் கவிதாக்குட்டி பிறந்துவிட்டாள். பெண் குழந்தைதான் பிறக்கும் என்று நினைத்தேன். அப்படியே ஆகிவிட்டதில் எனக்குப் பரமசந்தோஷம்.

மனோஜை மொபைலில் அழைக்க முயற்சி செய்து தோற்றேன். ஏமாற்றமாக இருந்தது. எப்படியும் பிரசவத்துக்கு வந்துவிடுவதாகச் சொல்லிவிட்டுக் காடாறுமாதம் போன விக்டர் எங்கே இருக்கிறான் என்றே தெரியவில்லை. கொஞ்சம் பயமாகத்தான் இருந்தது. ஆனாலும் சமாளித்துவிடமுடியும் என்று நினைத்தேன்.

அன்று மாலை வரை நிறைய யோசித்துக் குழம்பி அடிக்கடி ரத்த அழுத்தத்தை அதிகரித்துக்கொண்டேன். டாக்டர் கவலையுடன் நாலைந்துமுறை வந்து வந்து பார்த்துவிட்டுப் போனார். என்ன இது, என்ன இது என்று அவளுக்கு ஆச்சர்யம் தாங்கவில்லை. இப்படியுமா ஒரு கணவன் இருப்பான் என்று மனோஜைத் திட்டித்தீர்த்தாள். நான் பொறுமையுடன் கேட்டுக்கொண்டிருந்தேன்.

அன்றைக்கு இரவுதான் அந்தப் பெண் தான் இறந்துவிடப் போவதாகச் சொன்னாள். பன்னிரண்டு மணிவரை நான் விழித்திருந்து அவளையேதான் கவனித்துக்கொண்டிருந்தேன். நார்மலாகத்தான் இருந்தாள். ஒன்று அல்லது ஒன்றரை இருக்கும். லேசாக இருமும் சத்தம் கேட்டது. எட்டிப்பார்த்தேன். அவள் தன் போர்வையை இழுத்துப் போர்த்திக்கொண்டாள். குளிர் வந்துவிட்டதா என்ன?

நான் எழுந்து உட்கார்ந்தேன்.

சில நிமிடங்கள் கூட இருக்காது. அவளுக்கு உடல் தூக்கித் தூக்கிப் போடத் தொடங்க, நான் சிஸ்டர், சிஸ்டர் என்று அலறினேன். யார் யாரோ ஓடிவந்தார்கள். அவளை உடனே எமர்ஜென்சி வார்டுக்குத் தூக்கிக்கொண்டு போனார்கள். போகிற வினாடியில் அவள் மறக்காமல் தலையணை அடியில் இருந்த கடிதத்தை எனக்குச் சுட்டிக்காட்டிவிட்டே சென்றாள்.

அதிர்ச்சியில் நான் அப்படியே உறைந்துபோய்விட்டேன். என்ன இது, என்ன இது என்று நம்பமுடியாமல் அவள் குழந்தையையே பார்த்துக்கொண்டிருந்தேன். எழுந்துபோக முடியாமல் என் வயிற்றுக்குக் கீழே மிகவும் கனமாக இருந்தது. இன்னும் போர்வையை விலக்கிப் பார்க்குமளவுக்கு என் உடல்நிலையும் தேறவில்லை என்பதை உணர்ந்தேன்.

அந்தப் பெண்ணின் கணவன், பெற்றோர், கூடப் பிறந்தவர்கள் என்று யார் யாரோ இருந்தார்கள். எல்லோர் முகத்திலும் கவலை இருந்தது. அடிக்கடி வானம் பார்த்துத் தொழுதுகொண்டிருந்தார்கள். எனக்குப் பதற்றம் அதிகரித்தது.

இதெப்படி சாத்தியம்? ஜன்னி வரும் என்பது முன்னறிவிப்பில் தெரியுமா? மருத்துவ ரீதியில் இதற்கான சாத்தியமே இல்லை என்றுதான் நினைத்தேன். ஒரு முறை அவளுக்கு ஜன்னி கண்டது. மருத்துவர்கள் மீட்டுக்கொண்டுவந்து படுக்கவைத்துச் சென்று பதினைந்து மணி நேரங்கள்தான் ஆகிறது. பகலெல்லாம் நார்மலாகத்தான் இருந்தாள்.

உள்ளுணர்வு? கனவில் தேவதை வந்து குறி சொல்லியிருக்குமா? சேச்சே. தேவதைகள் குறி சொல்வதில்லை. அந்தப் பணியையெல்லாம் போலிச் சாமியார்கள் எடுத்துக்கொண்டு வெகுகாலம் ஆகிவிட்டது. ஆனால் இது எப்படி? எப்படி சாத்தியம்?

புரியவில்லை.

ஒன்றரை மணிநேரம் ஓடியிருக்கும். யாரோ ஒரு நர்ஸ் வந்து அந்தப் பெண்ணின் கணவனைத் தனியே அழைத்துச் சென்றாள். சில வினாடிகளில் வெளியே ஓவென்று ஓர் அழுகைக்குரல்

கேட்டது. நான் அச்சத்துடன் அந்தக் குழந்தையையே பார்த்துக் கொண்டிருந்தேன்.

அவளது உறவினர்கள் அத்தனை பேரும் சொல்லிவைத்தமாதிரி வெளியே ஓடினார்கள். எனக்குப் புரிந்துவிட்டது.

ஐயோ என்று மனத்துக்குள் ஒரு குரல் ஓலமாக எழுந்து அடங்கி, அழிந்துபோனது. சட்டென்று போர்வையை இழுத்துப் போர்த்திக்கொண்டு படுத்து, என் கவிதாக்குட்டியைக் கட்டிக்கொண்டேன்.

பயமாக இருந்தது.

அது மரணத்தை மூன்று கட்டில் தொலைவில் பார்த்துவிட்டதால் வந்த பயமல்ல என்பதும் புரிந்தது. கண்ணை இறுக்க மூடிக்கொண்டேன். கண்டிப்பாக என் கவிதாக்குட்டியும் நானும் மட்டும்தான் என்னுடைய உலகத்தில் நிரந்தரமான பிரஜைகளாக இருப்போம் என்று ஒரு குறிப்பு போலத் தோன்றியது.

உள்ளுணர்வு?

ம்ஹூம். நிச்சயமாகத் தெரியவில்லை. கண்டிப்பாக எந்த தேவதையும் வந்து குறிசொல்லவில்லை. ஏதோ தோன்றியது. மனோஜை நினைத்துக்கொண்டேன். விக்டரின் முகம் கண்ணில் வந்து போனது. இருவருமே அருகில் இல்லை. அது பிரமாதமில்லை. அம்மா இருந்திருக்கலாம் என்று மட்டும் அடிமனத்தில் ஓரெண்ணம் எழுந்தது. தூங்கிவிட்டேன்.

அத்தியாயம் பத்தொன்பது

காலம் உருண்டது என்று ஏதோ ஒரு கதையில் படித்துவிட்டு வெகுநேரம் விழுந்து விழுந்து சிரித்தது எனக்கு ஞாபகத்துக்கு வந்தது. காலம் உருளுமா? விளக்கடியில் பூச்சிக்குக் காத்திருக்கும் பல்லி போல கண்ணிரண்டையும் திறந்துவைத்துக்கொண்டு பிணம்போல் கிடக்கிற ஜாதியல்லவா அது? நகர்வது தெரியாமல் நகர்வதில் பூமியை மட்டுமே அதற்கு நிகராகச் சொல்லவேண்டும்.

உண்மையில் நான் வினாடிகளையும் நிமிடங்களையும் மணிகளையும் தினங்களையும் கொன்றுகொண்டிருப்பதாகத்தான் உணர்ந்தேன். ஒவ்வொரு கணம் நகர்வதையும் விழிப்புணர்வுடன் கவனித்துக்கொண்டிருந்தேன். பல்கலைக் கழகம் எனக்கு விடுப்பு அளித்திருந்தது. நாளெல்லாம் உடனிருந்து பார்த்துக்கொள்ள மனோஜ் ஒரு பெண்ணை ஏற்பாடு செய்திருந்தான். வேளைக்குச் சாப்பாடு. இஷ்டப்பட்ட நேரத்தில் குளியல். வந்தால் உறக்கம். விழித்திருக்கும் பொழுதெல்லாம் என் கவிதாக்குட்டியைக் கொஞ்சுவதிலேயே கழிந்துகொண்டிருந்தது.

பூச்செண்டு மாதிரி இருந்தது குழந்தை. நாளெல்லாம் முத்தம் மட்டுமே கொடுத்துக்கொண்டிருக்கலாம். அப்பா, அது என்ன அப்படியொரு சிரிப்பு! துளி சத்தமும் எழுப்பாமல் வாய்விட்டுச்

சிரிப்பது ஒரு கலை. அது புன்னகை அல்ல. நிச்சயமாக அல்ல. நல்ல உற்சாகமான சிரிப்புத்தான். ஆனால் அதை எப்படி மௌனத்தில் தோய்த்து வழங்கமுடியும்? என் கவிதாக்குட்டி அப்படித்தான் செய்தாள். பால் சாப்பிட்டதும் ஒரு சிரிப்பு. தூங்கி எழுந்தால் ஒரு சிரிப்பு. மூச்சா போனால் சிரிப்பு. தூக்கிக் கொஞ்சினால் சிரிப்பு. 'மூக்கு, மூக்கு, மூக்கு, மூக்கு... மூக்கூஊஊ' என்று என் மூக்கைக் கொண்டுபோய் அதன் மூக்கில் வைத்துத் தேய்த்தால் அப்படியொரு அழகுச் சிரிப்பு கொட்டிக்கொண்டு போகிறது.

அம்மா கொஞ்சம் மனமிறங்கி வந்து பார்த்துவிட்டுப் போகலாம் என்று மட்டும் அவ்வப்போது தோன்றிக்கொண்டிருந்தது. இரண்டு, மூன்று முறை கடிதம் எழுதிப் போட்டேன். பதிலே இல்லை. குழந்தை பிறந்தால் கோபம் போய்விடுமென்பதெல்லாம் திரைப்படங்களில் மட்டும்தான் போலிருக்கிறது. எதற்கும் இருக்கட்டும் என்று ஒரு கடிதத்தில் 'நானும் குழந்தையும் அவளது தந்தையும் மட்டும்தான் வீட்டில் தனியே இருக்கிறோம்' என்று எழுதினேன். புரிந்துகொண்டு வருவாள் என்று எதிர்பார்த்தேன். இதை எழுதும்போதே கொஞ்சம் குற்ற உணர்ச்சியும் எழுந்தது.

விக்டர் என்ன ஆனான்? எனக்கு இது தீராத கேள்வி. அவன் கோபித்துக்கொண்டு போகவில்லை. அது நிச்சயம். அவனுக்கு வருத்தம் என்றும் ஏதுமிருக்கமுடியாது. ஆனாலும் தன்னுடைய விலகல் இந்தத் தருணத்தில் அவசியம் என்று நினைத்திருக்கிறான். எனக்குத் தெரியும். அவன் ஒரு ஜெண்டில்மேன். மனோஜுக்காக அவன் என்னை விட்டுக்கொடுத்திருப்பதாக நான் நினைக்கவில்லை. மாறாக, எங்கள் குடும்பத்தில் அவன் ஒரு தர்மசங்கடப் பொருளாகிவிடுவது எனக்கு வருத்தம் தரலாம் என்றுதான் அவன் போயிருக்கக் கூடுமென்று நினைத்தேன்.

உலகம் ஆப்பிளைப் போல உருண்டையானது. எப்படிச் சுற்றினாலும் எங்கோ ஒரு புள்ளியில் சந்தித்துத்தான் ஆகவேண்டும். தவிரவும் இயற்பியல் இன்னொன்றும் சொல்கிறது. பூமி என்றில்லை. பூமிக்கு மேலும் கீழும் உள்ள அத்தனை வஸ்துக்களுமே ஒன்றை ஒன்று ஈர்த்துக்கொண்டுதான் இருக்கின்றன. நான் அவனை ஈர்க்கிறேன். அவன் என்னை

ஈர்க்கிறான். குழந்தை என்னை ஈர்க்கிறது; மனோஜை ஈர்க்கிறது. எங்கோ திருவானைக்காவில் இருக்கும் என் தாயை என் எண்ணம் எப்போதும் ஈர்த்துக்கொண்டேதான் இருக்கிறது. ஈர்க்கும் பொருளின் கனம் பொதுவாகப் போதுமானதாக இருப்பதில்லை. அதனால்தான் ஈர்க்கப்படுவது தெரிவதில்லை.

அடடே, காதல் ரசாயனம் என்று யார் சொன்னது? அது இயற்பியல் அல்லவா.

மனோஜிடம் சொன்னபோது சிரித்தான். "இயற்பியல் ஈர்ப்பு, பருப்பொருள்களுக்குத்தான். உணர்ச்சிகளுக்கல்ல."

"விக்டர் திரும்ப வருவானா மனோஜ்?" என்று கேட்டேன்.

அவன் சில வினாடிகள் அமைதியாக இருந்தான். பிறகு சொன்னான்: "வரவேண்டும் அவந்திகா. நான் அவனை இழக்க விரும்பவில்லை. எப்படி என் குழந்தையையும் உன்னையும் நான் விரும்புகிறேனோ, அப்படியே அவனையும் விரும்புகிறேன். விக்டர் மிகவும் சென்சிடிவ் டைப். அது எனக்குத் தெரியும். நான் பேசிய சில விஷயம் அவனை வருத்தும் என்பதும் தெரியும். ஆனால் என்னதான் நமக்குள் வேற்றுமை இல்லை என்று சொன்னாலும் நம் ஒவ்வொருவருக்குமே ஓர் அந்தரங்கம் இருக்குமல்லவா?" என்று சொல்லிவிட்டுச் சட்டென்று நிறுத்தினான்.

இருக்குமா என்ன? நான் யோசித்துப் பார்த்தேன். இவர்கள் இருவருக்கும் தெரியாமல் எனக்கென்று பிரத்தியேகமாக ஏதும் வைத்துக்கொண்டிருப்பதாக நான் நினைக்கவில்லை.

"அப்படி இல்லை அவந்திகா. நாம் சட்டைகளைப் பகிர்ந்துகொள்ளலாம். உள்ளாடைகளை அல்ல."

சட்டென்று அவனை நிமிர்ந்து பார்த்தேன். நேரடிப் பொருத்தம் இல்லாது போனாலும் இந்த உதாரணத்தை அவன் எப்படிப் பிடித்தான் என்று ஒருகணம் யோசித்தேன். கெட்டிக்காரன் தான். ஆனால் கெட்டிக்காரத்தனத்தின் இன்னொரு எல்லையில் முட்டாள்த்தனமும் ஒளிந்திருக்கும் என்பதை எப்படியோ

மறந்துவிட்டான். குழந்தை எப்படி உள்ளாடை ஆகும்? அது உள்ளமே அல்லவா? ஆன்மாவின் அபரிமிதமான சந்தோஷத்தின் ஸ்தூல வடிவமல்லவா? தூக்கி எடுத்து நாலு பேர் கொஞ்சும்போதெல்லாம்தானே பெற்ற பயனை அணு அணுவாக அனுபவிக்கமுடிகிறது? இந்தக் கணம் என் பெற்றோர் அருகே இல்லாதது எனக்கு எத்தனை வருத்தமளிக்கிறது என்பது இவனுக்குத் தெரியுமா? என் அம்மாவுக்கு உலகத்திலேயே இல்லாத ஆயிரத்தித் தொள்ளாயிரத்தி எண்பத்தி நான்கு கொஞ்சும் சொற்கள் தெரியும். எந்த மொழியின் இலக்கணச் சட்டங்களுக்கும் அவை பொருந்தாது. என்னை அவள் கொஞ்சியது நினைவிருக்கிறது. திருவானைக்காவில் யார் வீட்டில் குழந்தை பிறந்தாலும் என் அம்மாதான் முதலில் தூக்கிக் கொஞ்சுவாள். 'கொபஜலிக்காம்பூனக்குட்டி, செல்லச்செல்லப் பூனக்குட்டி' என்று ஆரம்பித்து, ஒரு வார்த்தைக்குக் கூட அர்த்தமே புரியாமல் ஒரு பாட்டுப் பாடுவாள் பாருங்கள்.. அத்தனை குழந்தைகளும் அப்படி சொக்கிப் போகும்.

என் குழந்தைக்கு அந்த பாக்கியம் எப்போது கிடைக்கும் என்று ஏங்குவதில் என்ன தவறு இருந்துவிடமுடியும்? அம்மா மட்டுமல்ல. ஒரு வகையில் விக்டரும் அப்படிப்பட்ட கவித்துவ மனம் கொண்டவன் தான். நான் உண்டாகியிருந்த நாள்களில் அவன் ஒரு 192 பக்க நோட்டுப் புத்தகம் முழுவதும் குழந்தைப் பாடல்களாக எழுதிவைத்திருந்தது நினைவுக்கு வந்தது. தேடிப் பார்த்தபோது கிடைக்கவில்லை. ஒருவேளை அவனே எடுத்துச் சென்றிருக்கக்கூடும் என்று சமாதானப்படுத்திக்கொண்டேன். கண்டிப்பாக எரித்திருக்கவோ, அழித்திருக்கவோ மாட்டான். குழந்தைப் பாடலானாலென்ன, குழந்தையே ஆனால் என்ன? எல்லாம் ஒன்றே அல்லவா?

“நம் விஷயம் வேறு அவந்திகா. ஆனால் கவிதாவைப் பொருத்தவரை அவன் ஒரு நல்ல பெரியப்பாவாகவோ, சித்தப்பாவாகவோதான் இருக்கலாம். வேறு எதற்கும் என் மனம் இடம் தருமென்று தோன்றவில்லை” என்று திரும்பவும் சொன்னான் மனோஜ்.

நான்சென்ஸ் என்றேன் சற்றே உரக்க. சட்டென்று அவன் முகம் சுருங்கிவிட்டது. இதென்ன அபத்தம்? உறவுகளென்ன ஆணுறை போன்றவையா? நினைத்தமாத்திரத்தில் எடுத்து அணிந்துகொள்வதற்கும், தேவையற்றுப்போனால் எடுத்து வீசுவதற்கும்?

"பேசாமல் இருந்துவிடு மனோஜ். ஆனால் தயவுசெய்து கொச்சைப்படுத்தாதே" என்று கேட்டுக்கொண்டேன்.

"ஸாரி" என்றான் மெல்லிய குரலில்.

கவிதாக்குட்டி தூங்கிக்கொண்டிருந்தது.

நான்தீர்மானமாகச்சொன்னேன்: "நீஉன்னைமாற்றிக்கொண்டுதான் ஆகவேண்டும்மனோஜ். நம்முடைய உலகத்தில்தனி உரிமை என்று ஏதுமில்லை. குழந்தையைப் பெற்றவள் நான். உன் உரிமை என்று நீ கொண்டாடுவதே நான் கொடுத்ததை வைத்துக்கொண்டுதான். சட்டப்படி பார்த்தாலும் இதுதான் சரி. குழந்தைக்கு இனிஷியலை மட்டும்தான் நீ தரலாம். மற்ற அனைத்துக்கும் அவனுக்கும் உரிமை உண்டு என்பதுதான் என் தீர்மானம்" என்றேன் கண்டிப்புடன்.

"ப்ளீஸ் அவந்திகா. வேண்டாம். நான் நன்றாக யோசித்துப் பார்த்துவிட்டேன். நம்முடைய இந்த முடிவால் நாளைக்கு நம் குழந்தைதான் கஷ்டப்படும்"

"அது என் குழந்தை. அதை எப்படிக் கஷ்டமில்லாமல் வளர்ப்பது என்று எனக்குத் தெரியும்"

அவன் அதிர்ந்துபோய்விட்டான்.

"என்ன சொல்கிறாய் அவந்திகா?"

"என்னை மன்னித்துவிடு மனோஜ். நீ நிமிராவிட்டால் வானம் கிடையாது. நான் சொல்லாவிட்டால் நீ இதன் தந்தை கிடையாது. இரண்டும் ஒன்றுதான். எப்படி இரண்டும் வேறு வேறு என்பது உண்மையோ, அப்படியே."

அவன் மிகவும் கலங்கிப் போய்க் காணப்பட்டான். வெகுநேரம் பேச்சில்லாமல் வெற்றுவெளியில் எதையோ பார்த்தபடி இருந்தான். நான் சற்றும் உணர்ச்சிவசப்படாமல் அவனை கவனித்துக்கொண்டே இருந்தேன். அவன் கவனம் எங்கோ இருந்தாலும் ஒரு கை குழந்தையைத் தொட்டுக்கொண்டே இருப்பதையும் பார்த்தேன்.

"இதோ பார் மனோஜ். நாம் மற்றவர்கள் தேர்ந்தெடுக்கும் வாழ்க்கையைத் தேர்ந்தெடுக்கவில்லை. நாம் பட்ட கஷ்டங்கள் மற்றவர்கள் பட்டதில்லை. துக்கங்களையும் மகிழ்ச்சியான தருணங்களையும் ஒன்றாகவே பங்குபோட்டுக்கொண்டிருக்கிறோம். இந்தக் குழந்தை நம் மூன்று பேருக்கு இடையே ஒரு சுவர் ஆவதை என்னால் ஒப்புக்கொள்ள முடியாது. எப்படி என்னால் நீ இல்லாமல், இந்தக் குழந்தை இல்லாமல் வாழமுடியாதோ, அப்படியேதான் விக்டர் இல்லாமலும் முடியாது. புரிகிறதா?"

"புரிகிறது" என்றான் மென்மையாக.

"நீ அவனை மிகவும் அவமானப்படுத்தியிருக்கிறாய். நான் ஏன் சகித்துக்கொண்டு பொறுமையாக இருந்தேன் என்று தெரீயுமா?"

அவன் என்னை நிமிர்ந்து பார்த்தான்.

"உங்கள் இரண்டு பேரின் உணர்ச்சி எல்லை என்பது என்னவென்று நான் பார்க்கவிரும்பினேன். அவ்வளவுதான். நீ விட்டுக்கொடுக்க விரும்பாதவன் என்பதை நிரூபித்தாய். அவன் சொல் பொறுக்காதவன் என்பதை நிரூபித்துவிட்டுப் போய்விட்டான். ஆனால் இரண்டு பேருமே இந்தக் குழந்தை பிறந்த கணத்தில் என்னுடன் இல்லை. அதை மறந்துவிடாதே"

அவன் மிகவும் கலங்கிவிட்டிருந்தான். கண்கள் நிறைந்து சிவந்துவிட்டன. "ஆனால் அவந்திகா.. நீதான் என்னை.."

"ஆமாம். நான் தான் உன்னை அந்தமான் போகச் சொன்னேன். மறுக்கவில்லையே? நான் சொன்னதையெல்லாம் கேட்பவன்

என்றால் இதை அல்லவா நீ முதலில் கேட்டிருக்கவேண்டும்? உன் சௌகரியத்துக்கு என் சொல்லைப் பயன்படுத்திக்கொள்ள நினைக்கிறாய். இது சராசரிகளின் மனோபாவம். ஸோ, நீயும் அதுதான். அப்படித்தானே?''

''என்னை ஏன் இப்படி சொற்களால் சித்திரவதை செய்கிறாய் அவந்திகா?'' என்றான் பரிதாபமாக.

எனக்கே அது புரியவில்லை. அவனை அணு அணுவாகக் குத்திக் கிளறி ரத்தத்தில் கலந்த எதைத் தனியே பிரித்தெடுக்க நினைக்கிறேன்? வெறுப்பு இல்லை. கண்டிப்பாக இல்லை. ஆனால் கோபம் இருந்தது. காரணமும் ஸ்தூலமும் புரியாத ஒரு அகண்ட பெருங்கோபம். இரண்டு கைகளாலும் கழுத்தை நெரித்து, எலும்புகளை அப்படியே உடைத்து நொறுக்கித் தூளாக்கி எறிந்துவிடும் ஆக்ரோஷத்தை, மிக அமைதியான சொற்களுக்குள் ஒளித்துவைத்து அவன் மீது அம்பு போல் எய்ய மிகவும் விரும்பினேன். ஏனென்று புரியவில்லை. விக்டர் போய்விட்டது மட்டுமே இதற்குக் காரணமாக இருக்கும் என்று எனக்குத் தோன்றவில்லை. வேறேதோ ஒன்று. இன்றில்லாவிட்டாலும் என்றாவது ஒருநாள் புரியும். புரிந்துதானே ஆகவேண்டும்?

எழுந்துகொண்டேன். குழந்தையைத் தூக்கித் தோளில் போட்டுக்கொண்டேன்.

''அவந்திகா! எங்கே போகிறாய்?'' என்று படபடப்புடன் கேட்டான் மனோஜ்.

நான் புன்னகை செய்தேன். ''வாக்கிங். ஜஸ்ட் வாக்கிங் மட்டுமே. வந்துவிடுவேன்'' என்று சொல்லிவிட்டு பதில் எதிர்பாராமல் வீதியில் இறங்கி நடக்க ஆரம்பித்துவிட்டேன்.

பசித்தது. அதைக் காட்டிலும் அழுகை வந்தது. காரணம் புரியவில்லை. விழிப்புணர்வுடன் வாழ்வின் அபத்தங்களை மட்டும் தேர்ந்தெடுத்துப் பொறுக்கி ஒரு கூடையில் போடுவதென்றால் என் வாழ்வில் எதுவுமே மிஞ்சாமல் போய்விடுமோ என்று கொஞ்சம் பயமாக இருந்தது. உதட்டைக் கடித்துக்கொண்டேன்.

எதற்காக இல்லாதுபோனாலும் என் குழந்தைக்காகவாவது நான் ஒழுங்காக இருந்தே ஆகவேண்டும் என்று நினைத்தேன். ஒழுங்கு என்பதுதான் என்ன?

முடிவற்ற யோசனைகளுடன் என் கால்கள் நடந்துகொண்டிருந்தன. எப்படியும் அரை கிலோமீட்டர் நடந்திருப்பேன். இருட்டிவிட்ட சாலைகளில் போக்குவரத்து சுத்தமாகக் குறைந்திருந்தது. வீட்டுக்குப் போய்ச் சாப்பிட்டுப் படுத்துவிட்டால் தூக்கம் வந்துவிடும். மிகப்பெரிய மருந்து அது. குழந்தையையும் இப்படி பனியில் வெளியே அழைத்துவந்திருக்கக் கூடாது. பைத்தியக்காரி நான்.

திரும்பலாம் என்று முடிவு செய்து திரும்பினேன். எதிர் வரிசை ஃப்ளாட்டுகளில் மேல் மாடி பால்கனியில் சட்டென்று ஓர் விளக்கு எரிந்தது. நிமிர்ந்து பார்த்தேன். கதவு திறந்து வெளிப்பட்ட உருவம் வெளிச்சமில்லாததால் அரைகுறையாகத்தான் முதலில் கண்ணில் பட்டது.

விக்டர் போல இருக்கவே, கொஞ்சம் நின்றேன். உற்றுப்பார்த்ததில் ஊர்ஜிதமாகிவிட்டது. விக்டரேதான்.

அடக்கடவுளே! அதற்குள் அரை கிலோமீட்டர் இடைவெளி ஏற்பட்டுவிட்டதா என்ன?

அத்தியாயம் இருபது

இருளுக்குள் காற்றும், காற்றுக்குள் ஈரமும் கலந்து கடற்கரையெங்கும் நீக்கமற நிறைந்திருந்தன. ஒளிப்புள்ளிகள் விழாத இடங்களில் எல்லாம் இரண்டிரண்டு பேராக ஆண்களும் பெண்களும் அன்பில் கரைந்திருந்தனர். சோழி பார்த்து ஜோசியம் சொல்லும் காது நீண்ட கிழவிகளும், பட்டாணி சுண்டல் விற்றுப் படிப்பையோ குடும்பத்தையோ பராமரிக்கும் கட்டாயத்தில் இருந்த அரை டிராயர் சிறுவர்களும் போய்விட்டிருந்தனர். ஆன்மாவைப் போல் அமைதியற்றுப் புலம்பிக்கொண்டிருந்த கடல்தான் அப்போதும் விழித்திருந்தது. ஓசை பற்றிய பாற்கடல். பாதகமில்லை. எந்தவிதமான உணர்ச்சிக்கும் அந்தச் சத்தம் சரியான பின்னணி இசையாகவே இருக்கும்.

விக்டரும் மனோஜும் எனக்கு எதிரே அமர்ந்திருந்தார்கள். குழந்தை என் மடியில் இருந்தது. தூங்கிக்கொண்டிருந்தது. ஈரக்காற்றுக்குக் கவசமாக ஸ்வெட்டரும் ஸ்கார்ஃபும். நான் எங்கிருந்து பேச்சைத் தொடங்கலாம் என்று யோசித்துக்கொண்டிருந்தேன். சந்தேகம் அல்லது அக்கறையுடன் யாராவது குதிரை ஏறிய போலீஸ்காரர் வந்து விசாரிப்பதற்குள் விஷயத்தை முடித்துவிட்டு வீடு போய்ச் சேர்ந்தால் நல்லது என்று தோன்றியது. விக்டரை வீட்டுக்கே வரச் சொல்லிக்கூடப் பேசியிருக்கலாம். அல்லது அவனை நான்

பார்த்த அந்த முதல் தள ஃப்ளாட்டிலேயே வைத்து, அங்கிருந்தே மனோஜுக்கு போன் செய்தும் வரவழைத்திருக்கலாம். இரண்டுமே வேண்டாம் என்று தோன்றிவிட்டது. எங்கள் வாழ்க்கைக்குள் ஒளிவு மறைவுகள் இருந்ததில்லை. வாழ்வை ஓர் ஒப்பந்தமாகச் செய்துகொண்டபோதும் கூட ரகசியங்களை அடித்தளத்தில் இட்டு நிரப்பவில்லை. திறந்த புத்தகமாக அல்ல; தனித்தனித் தாள்களாகவேதான் என்னை நான் அவர்களுக்குத் தந்திருந்தேன். அவர்களும் அப்படியேதான் செய்திருப்பார்கள் என்கிற என் நம்பிக்கையை இருவரும் கழுத்தை நெரித்துக் கொன்றிருந்ததுதான் அந்தச் சந்திப்புக்கு ஆதாரக் காரணமாக அமைந்திருந்தது.

விக்டரை அப்படியொரு கோழையாக நான் நினைத்துப் பார்த்ததில்லை. அந்த பால்கனியில் அவனைக் கண்டபோது எழுந்த அருவருப்பு உணர்ச்சி அதனால் விளைந்ததுதான். 'நீ வெளியூர் எங்கோ போவதாகச் சொன்னாயே' என்று கேட்டபோது, 'ஆம். வெளியூரில்தான் இருக்கிறேன். சொல்லப் போனால் வெளியுலகம். ஆனால் மனத்துக்குள்' என்று மிக நேர்த்தியாகப் பதுங்கப் பார்த்தான். நியாயமாக நான் தூவென்று துப்பியிருக்க வேண்டும். அவனது பி.எச்.டிக்கும் உத்தியோகத்துக்கும் அந்தஸ்துக்கும் மதிப்புக் கொடுத்து, பல்லைக் கடித்துக்கொண்டு பேசாதிருந்தேன்.

நீண்டநேரம்அமைதியாகஇருந்துவிட்டுஅவன்தான்ஆரம்பித்தான். "என் உளைச்சல் உனக்குப் புரியாது அவந்திகா. நாம் சேர்ந்து வாழத் தொடங்கி ஒன்றரை வருடங்களுக்கு மேல் ஆகின்றன. இந்தக் குழந்தை எனக்குப் பிறக்கவில்லை என்பது பெரிய விஷயமல்ல. நமக்குக் குழந்தையே பிறக்காதிருந்தாலும் பிரச்னை ஆகியிருக்கப் போவதில்லை. இந்த இரண்டு பாதைகளுக்கும் நடுவில் மனோஜுக்கு நீ போட்டுக்கொடுத்திருக்கும் ஒரு வழித் தனிப்பாதை என் பயணத்துக்கு மிகுந்த தொந்தரவு கொடுக்கும்."

எனக்கு உண்¨மையிலேயே புரியவில்லை. என்ன தொந்தரவு இருந்துவிட முடியும்? தொந்தரவுகளுக்கு அஞ்சியிருந்தால் நாங்கள் தேர்ந்தெடுத்த வாழ்க்கையை ஒன்றரை வருடங்கள் வாழ்ந்திருக்கவே முடியாது.

''அதுதான் சொன்னேனே, உனக்குப் புரியாது.''

''இதோபார்.. நீ படித்த பி.எச்டியைத்தான் நானும் படித்தேன். நீ பார்க்கும் உத்தியோகத்தைத்தான் நானும் பார்க்கிறேன். உன் சம்பளம்தான் எனக்கும். ஒரு பெண்ணின் மனத்தைப் புரிந்துகொள்ள வக்கில்லாதவன் நீ. இரண்டு ஆண்களுடன் ஒன்றரை வருஷம் குடித்தனம் நடத்தியவள் நான். திரும்பத்திரும்ப அதையே சொல்லி என்னைக் கோபப்படுத்தாதே. என்னவென்று சொல்.''

''கோபப்படாதே அவந்திகா. குழந்தை என்பது வெறும் ஒரு உயிர் மட்டுமல்ல. அது.. அது..''

அவன் ஏதோ சொல்ல நினைத்து சொற்களில்லாமல்தான் சிரமப்படுகிறான் என்பது எனக்குப் புரிந்தது. என்னவென்று கண்டுபிடிக்க நான் என்ன செய்யவேண்டும்? அதுதான் புரியவில்லை.

ஒருவேளைஇன்ஃபீரியாரிடிகாம்ப்ளக்ஸாகஇருக்குமா? அதையும் கேட்டுப்பார்த்தேன். ம்ஹூம். அவனுக்கே அது புரியவில்லை என்றுதான் தோன்றியது. என்னவானால் என்ன? உதவிக்கு ஒரு நாதியில்லாமல் நான் ஹாஸ்பிடலில் கிடந்திருக்கிறேன். உள்ளூரிலேயே தனியே அறை எடுத்துத் தங்கிக்கொண்டு விட்டத்தைப் பார்த்துக்கொண்டு மல்லாக்கக் கிடந்திருக்கிறான். தன் குழந்தை இல்லாதுபோனால்தான் என்ன? சாலையோரம் ஒரு பெண் வலியெடுத்துத் தவித்துக்கொண்டிருந்தால் தூக்கித் தோளில் போட்டுக்கொண்டு மருத்துவமனைக்குப் போயிருக்கமாட்டானா? மானுடவியல் பாடங்களில் இதெல்லாம் இல்லை என்று தன் வழியைப் பார்த்துக்கொண்டு போய்விடுவானா? நான்சென்ஸ்.

''நான் நினைக்கிறேன் விக்டர், நீ ஒரு கோழை. ஹோட்டலுக்குத் தள்ளிக்கொண்டுபோய், காரியம் முடிந்ததும் பைக் ஏறிப் பறந்துவிடும் விடலையைவிட ஒரு படி மேல். மற்றபடி நீ வெறும் கோழை. வேறெதுவும் சொல்லத் தோன்றவில்லை'' என்று சொல்லிவிட்டு விறுவிறுவென்று இறங்கிவந்துவிட்டேன்.

வலித்திருக்கும்தான். ஆனால் என் கொதிப்புகளும் தணியவேண்டுமல்லவா?

“கொதிப்பு அல்ல அவந்திகா. கொழுப்பு” என்று மனோஜ் சொன்னான். விக்டரைச் சந்தித்த விவரம் சொன்னபோது முதலில் அவனுக்கு அது மிகுந்த மகிழ்ச்சியளிப்பதாகச் சொன்னான்.

“அவனது முடிவு சரியானதுதான் அவந்திகா. அவன் இடத்தில் நான் இருந்திருந்தாலும் இதைத்தான் செய்திருப்பேன்”

வந்த கோபத்தை அப்படியே விழுங்க மிகவும் சிரமப்பட்டேன்.

“நீ என்ன நினைத்துக்கொண்டிருக்கிறாய்? நமது உறவுக்கு இந்த தேசத்தில் ஒரு பெயர் கூடக் கிடையாது. இது நம் விருப்பம். நம் தேர்வு. ஆனால் குழந்தை என்பது பெரிய விஷயம். நாளைக்கு அதன் அடையாளச் சிக்கலுக்கு நாமே காரணமாகிவிடக்கூடாது அல்லவா?”

“மிகுந்த புத்திசாலித்தனத்துடன் பேசுவதாக நினைப்பா மனோஜ்? அப்பா என்கிற உறவில்லாமல் ஒரு குழந்தை வாழமுடியாது என்று நினைக்கிறாயா? தாயின் இனிஷியலுடன் இங்கே வாழமுடியும் என்பதை மறந்துவிட்டாயா?”

“புரியாமல் பேசாதே அவந்திகா. இனிஷியல் அல்ல பிரச்னை. இது இருப்பியல் பிரச்னை.”

எனக்குச் சிரிப்பு வந்துவிட்டது. வாழ்வதில் உள்ள அத்தனை சந்தோஷங்களையும் துக்கங்களையும் அடுத்தடுத்து அனுபவித்துத் தீர்த்துவிட்ட உணர்வு அடிக்கடி எனக்கு எழும். ஔவையார் மாதிரி திடீரென்று கிழவி ஆகிவிட்டேனா என்று பல இரவுகளில் கண்ணாடி முன் போய் நின்று பார்த்திருக்கிறேன். மனத்தளவில் அப்படித்தான் ஆகிவிட்டிருக்கிறேன் என்று தோன்றும். பெண் என்பதற்காக எதற்கும் தயங்கியதே இல்லை என்பதுதான் என் ஆகப்பெரிய திருப்தி. ஒரு ஆட்டம். மாபெரும் ஆட்டம். மாரத்தான் ஆட்டம். திகட்டத் திகட்ட ஓடியாடி அனுபவித்தேன். இழப்புகள் பெரிய வலி கொடுத்ததில்லை. பெற்றவர்களே

நிராகரித்துவிட்ட பிறகு வேறென்ன பெரிய விஷயம் இருந்துவிட முடியும்? ஆனால் என் இலக்கை நான் தொட்டுவிட்டதாகத்தான் தோன்றியது. திரைகளில்லாத வாழ்க்கை. நினைப்புக்கும் செயலுக்கும் வேறுபாடில்லாத வாழ்க்கை. நான் கொண்ட காதலில் கூட அப்பழுக்கில்லை. என் அன்பை இருவருக்கும் சமமாகத்தான் பிரித்து வழங்கினேன். கொடுக்கக் கொடுக்க அது கூடிக்கொண்டேதான் போனது. இத்தனைக்குப் பிறகும் என் பெற்றோர் உள்பட யார் மீதும் எனக்கு வருத்தமில்லை என்பதை முழு விழிப்புணர்வுடன் கண்டுணர்ந்தபோதுதான் என் அப்போதைய கோபம் கூட அன்பின் இன்னொரு வெளிப்பாடு என்று தோன்றியது.

ஆனால் சிலவற்றைச் சகிக்கமுடியாமல் போவதற்கு என் பிறப்போ, வளர்ப்போ காரணமில்லை. என் புத்தி. ஆ! அதுதான். அது மட்டும்தான். மனத்தைக் கல்லாக்கிக்கொண்டுதான் மனோஜிடம் சொன்னேன்:

“மனோஜ் என்னை மன்னித்துவிடு. நீ ஒரு வீட்டிலும் அவன் ஒரு வீட்டிலுமாக இருக்கலாம். ஆனால் மாறி மாறிப் போய்வர நான் தாசியல்ல. இந்தக் கட்டத்தில் நான் செய்யக்கூடியது ஒன்றுதான். உங்கள் இருவரையும் சேர்த்தே நான் விரும்பியதுபோல உங்கள் இருவரையும் சேர்த்தே இப்போது நிராகரிக்கிறேன்.”

கடலலைகள் மிகவும் உக்கிரமாக எழுந்து எழுந்து தணிந்துகொண்டிருந்தன. அமாவாசையோ என்னமோ. வானத்தில் நிலவில்லை. மிகவும் அழகான, அடர்த்தியான இருள். விளக்குகள்தான் விகாரமாக இருந்தன. மணலில் ஈரப்பிசுபிசுப்பு கூடியிருந்தது. நான் விக்டரைப் பார்த்தேன். வந்ததிலிருந்து ஒரு வார்த்தை கூடப் பேசாமல் தலை கவிழ்ந்து அமர்ந்திருந்தான். மனோஜ் சற்றே உணர்ச்சிவசப்பட்டவன் போலப் படபடப்பாக இருந்தான்.

“என்னவானாலும் என்னால் உன்னை இழக்க முடியாது அவந்திகா” என்றான். அழுதுவிடுவான் போலிருந்தது.

“அது உன் முடிவாக இருக்கமுடியாது மனோஜ். இந்த விஷயத்தில் முடிவெடுக்கும் உரிமை என் ஒருத்திக்குத்தான் உண்டு. நான் உங்களை நிராகரிக்கிறேன். அவ்வளவுதான்.”

“ஆனால் குழந்தையின் தந்தை நான்.”

நான் அவனை ஒரு புன்னகையுடன் உற்றுப்பார்த்தேன். இருளில் அவன் கண்கள் ஒரு பூனையின் கண்களைப் போல் பிரகாசித்தன. ஒரு வார்த்தை. ஒரே ஒரு வார்த்தையில் அவனை உட்கார்ந்த இடத்திலிருந்து துள்ளி எழுந்து சென்று கடலில் விழுந்துவிடவைக்க என்னால் முடியும். வேண்டாம் என்றுதான் பேசாதிருந்தேன்.

“ஒன்று சொல்கிறேன் மனோஜ். எனக்குக் குரலெடுத்துக் கத்தி என் கோபத்தை வெளிப்படுத்தத் தெரியாது. கோபம் என்பதைக் கோபம் என்கிற சொல்லின் மூலம் மட்டுமே வெளிப்படுத்துவேன். என் சொல், என் உணர்ச்சியைச் சுமந்து வராது. என் உணர்ச்சி உன்னை வந்து தாக்குமானால் நீ உயிருடன் இருக்கமுடியாது. தயவுசெய்து புரிந்துகொள்.”

அவன் அதற்குமேல் பேசவில்லை.

“அப்படி என்ன தவறு செய்துவிட்டோம்?” என்று விக்டர் கேட்டான்.

“இது என்னைக் கேட்கவேண்டிய கேள்வியல்ல. நீங்கள் உங்களுக்குள் கேட்டு ஒரு முடிவுக்கு வரவேண்டிய விஷயம்.”

“குழந்தைக்கு நாந்தான் தந்தை என்று உரிமை கொண்டாடியதுதான் என் தவறா?” என்றான் மனோஜ்.

நான் பேசாதிருந்தேன்.

“இங்கே இருக்கப்பிடிக்காமல் தனியே வீடு பார்த்துக்கொண்டு போனது தவறா?” என்று விக்டர் கேட்டான்.

இதற்கும் நான் பதில் சொல்லவில்லை. எத்தனை படித்தவர்கள்! பல்கலைக் கழகத்தில் எங்கள் மூவருக்கும் எப்போதும் ஒரு

விசேஷ மரியாதை இருக்கும். எங்கள் படிப்பு கொண்டுவந்த மதிப்பு மட்டுமல்ல அது. பாடம் சொல்லிக்கொடுக்கும் விஷயத்தில் எங்கள் மேதைமை புரியும். இயல்பில் வந்த மேதைமை அல்ல அது. கடும் பயிற்சிக்குப் பிறகு எங்களுக்கு நாங்களே உருவாக்கிக்கொண்ட தகுதி. எத்தனை சிக்கலான விஷயமாக இருந்தாலும் ஒரு வரி அல்லது ஒன்றிரண்டு வரிகளில் எங்கள் மூவராலும் விளக்கிவிடமுடியும். எங்கள் வகுப்பு மாணவர்கள் எந்த விஷயமும் புரியாமல் எந்த வகுப்பிலிருந்தும் சென்றதேயில்லை. ஆயிரம் பேருக்குப் புரியவைத்து என்ன? வாழ்வின் அடிப்படை புரியாத வெறும் ஜந்துக்களாக அல்லவா இப்போது என் முன் அமர்ந்திருக்கிறார்கள்?

நான் எதையுமே உடைத்துச் சொல்லிப் புரியவைக்கும் மன நிலையில் இல்லை. என் முடிவில் மிகவும் தெளிவாக இருந்தேன். என்னுடைய உலகத்தில் இனி இவர்கள் இல்லை.

“எனில், குழந்தை?” என்றான் மனோஜ்.

“அதைப் பற்றி உனக்கென்ன? அது என் குழந்தை” என்று சொல்லிவிட்டு எழுந்து நடக்க ஆரம்பித்தேன்.

தோளில் அது சுகமாகத் தூங்கிக்கொண்டிருந்தது.

அத்தியாயம் இருபத்து ஒன்று

மேகம் திரண்டிருந்தது. எப்படியும் மழை பிடித்துக்கொள்ளும் என்று தோன்றியது. வானிலை அறிக்கைகள் பொய்க்காத தருணங்களும் இருக்கவே செய்கின்றன.

மொட்டை மாடியிலிருந்து துணிகளை எடுத்து வந்து மடித்து வைத்தேன். குழந்தையின் துணிகள் தனியே காய்ந்துகொண்டிருந்தன. அவற்றை எடுத்து வந்து மடித்து, குழந்தையின் கூடைக்குள் புதைத்தேன். ஜன்னல்களைச் சாத்திவிட்டு எமர்ஜென்சி விளக்கை ஒருதரம் சரிபார்த்து வைத்தேன். சமையல் முடிந்துவிட்டது. என்ன பிரமாதம்? ஒரு ரசம். ஒரு பொறியல். அதுவும் ஒரு வயிறுக்கு. போதாது? யதேஷ்டம்.

குழந்தைக்கு நெஸ்டம் கரைத்து ஊட்டினேன். சாப்பிட்டுவிட்டுக் கொஞ்சநேரம் விளையாடிவிட்டுத் தூங்கிப் போனது. தூக்கிச் சென்று படுக்கவைத்துப் போர்த்திவிட்டேன். பக்கத்தில் படுத்துக்கொண்டு, மின்சாரம் எப்போது போகப் போகிறது என்று காத்திருக்க ஆரம்பித்தேன்.

எதுவுமே சிரமமாக இல்லை. எதுவும் புதிதாகவும் இல்லை. என்னுடைய உலகம் முன்னைக்காட்டிலும் பிரசன்னமடைந்து

விட்டது போலவே தோன்றியது. நானும் குழந்தையும். குழந்தையும் குதூகலமும். அதுவும் என்னுடைய கவிதாக்குட்டியைப் போல் அதிகம் படுத்தாத குழந்தை அமைவது மிகப்பெரிய வரம். பசிக்கிறது என்று கூட அழாது. வேளைக்கு ஊட்டினால் சமர்த்தாகச் சாப்பிட்டுவிட்டுச் சிரித்துக்கொண்டிருக்கும்.

ஏகப்பட்ட பொம்மைகள் வாங்கிப் போட்டிருந்தேன். வீடு முழுக்க வேறு வேறு அளவுகளில் கலர் கலராகப் பந்துகளாக வாங்கி நிரப்பியிருந்தேன். சந்தோஷமாகவே இருந்தது. அல்லது அதுதான் சந்தோஷம் என்று எனக்கு நானே அடிக்கடி சொல்லிக்கொண்டிருந்தேன்.

நான் யாருமற்றவள் என்கிற எண்ணம் எனக்கு ஒரு போதும் வந்துவிடக்கூடாது என்று அடிக்கடி சொல்லிக்கொண்டேன். என்ன இப்போது? என் உலகம், என் வழியே உற்பத்தியாகியிருக்கிறது. அதுதான் வித்தியாசம். இன்னொருவர் காட்டிய உலகில் நான் இல்லை. அல்லது எனக்கு அது இல்லை. என் அப்பா, என் அம்மா, என் சுற்றங்கள் என்று இருந்த அனைத்தும் விடைபெற்றுவிட்டன. பாதகமில்லை. நான் இருக்கிறேன். என் கவிதாக்குட்டி இருக்கிறது.

என் யோக்கியமான கனவுகளை என் குழந்தையிடம் நான் விதைக்கப் போகிறேன். இஷ்டமிருந்தால் அவள் அதை வளர்த்தெடுக்கட்டும். கட்டாயமில்லை. நிர்ப்பந்தமில்லை. நான் கடிந்துகொள்கிற அம்மா இல்லை. பூச்சாண்டி காட்டிச் சோறூட்டும் கொடுமைக்காரி இல்லை. என் கனிவின் ஆகப் பூரணத்தை அவள் உணரவேண்டும்.

மெல்ல அருகே படுத்து, அவள் கன்னங்களைத் தடவினேன். குழந்தை சிரித்தது. தலையைக் கோதினேன். மேலும் சிரித்தது. வெளியே இடித்தபோது பூப்போல அணைத்துக்கொண்டேன். கோழிக்குஞ்சு போல ஒடுங்கியது.

நன்கு உறங்கிவிட்டது என்று தெரிந்தவுடன் எழுந்து உட்கார்ந்துகொண்டு அதன் முகத்தை நேருக்கு நேர் பார்த்துப் பேச ஆரம்பித்தேன்.

தன்னிலை விளக்கம் அல்லது வெள்ளை அறிக்கை. வாக்குமூலம்? கண்டிப்பாகப் பாவமன்னிப்பு இல்லை. செய்தது பாவம் என்று இதுகாறும் தோன்றியதில்லை. விருப்பத்தின் வழியே பயணம் செய்தவள் நான். என் அறிவுக்கும் என் உணர்ச்சிக்கும் மேலதிக வித்தியாசம் இல்லை. என் சந்தோஷங்கள் என்று நான் கருதிய அனைத்தும் என்னைக் கைவிட்ட வருத்தமேதும் இல்லை எனக்கு. இது ஏமாற்றம்தானா என்று பல சமயம் என்னை நானே கேட்டுப்பார்த்துக் கொண்டிருக்கிறேன்.

அப்படியும் தோன்றவில்லை. நான் தேர்ந்தெடுத்த வாழ்க்கை. நான் கொடுத்த விலைகள். நான் பெற்ற பரிசு. அதற்குமேல் ஏதுமிருப்பதாகத் தெரியவில்லை. ஓர் ஒழுங்குச் சக்கரத்தின் அச்சாணியாகப் பொருந்தி, காலமெல்லாம் உலகளந்து கொண்டிருக்கலாம். உலகம் செய்வது அதனைத்தானே? குறைந்தபட்சம் செய்ய நினைப்பது.

எது அல்லது யார் என்னை மாற்றி வார்த்தது என்று புரியவில்லை. என் பிறப்பு, வளர்ப்பு இரண்டிலுமே எந்தக் குறையும் சொல்லிவிடமுடியாது. வார்ப்பு பிசகியதுதான் பிரச்னை. பக்கத்து வீட்டு அம்மாள் ஒருநாள் வந்து உட்கார்ந்து கவலையுடன் கேட்டாள். இனிமேல் நான் என்ன செய்யப்போகிறேன்? ஏண்டியம்மா ஒனக்கு இப்படியொரு நிலைமை? கைக்குழந்தைய வெச்சிக்கிட்டு தனியா கஷ்டப்படப்போற. இதுக்குத்தான் சொல்றது, தறிகெட்டுத் திரியக்கூடாதுன்னு.

தறிகெட்டுத் திரிதல். நினைத்தாலே சந்தோஷமளிக்கிற விஷயமாகத்தான் இப்போதும் இருக்கிறது அது. ஆனால் முடியவில்லையே. ஒழுக்க விதிகள் என்று காலம் காலமாகப் போடப்பட்டு வரும் லஷ்மணக் கோடுகளின் மீது இயல்பாகவே ஒரு வெறுப்பு இருக்கிறது. கண்டிப்பாக அது கருவின் குற்றமல்ல. என் அம்மாவை ஒரு குறை சொல்லிவிட முடியாது. அஷ்டோத்திரங்களும் சத நாமாவளிகளும் சகஸ்ரநாமங்களும் நெய் தீபங்களும் நேர்த்திக் கடன்களும் நிறைந்த வாழ்க்கை அவளுடையது. ஓர் உன்னதமான பிறவியாகத்தான் என்னைப் பிறப்பித்திருப்பாள்.

ஆனால் என் புத்தி தேர்ந்தெடுக்கும் வாழ்க்கைக்கு அவள் எப்படிப் பொறுப்பாக முடியும்?

எல்லோரும் சொல்வது போல அவசரப்பட்டுவிட்டேனா? இருவருடன் வாழ்ந்த விஷயத்தில் அல்ல. ஒரு குழந்தையைப் பெற்ற விஷயத்தில்.

பல்கலைக் கழகத்தில் என் சக பேராசிரியைகள் சிலர் மறைமுகமாக இது குறித்து என்னிடம் பேசியிருக்கிறார்கள். நமது தீர்மானங்கள் நம் வாரிசுகளை பாதிப்பது கூட ஒரு வகையில் வன்முறைதான்.

எப்படி எல்லாம் பாதிக்கும் என்று யோசித்துப் பார்த்தேன். தமிழ் சினிமாக்களில் வருவது போல எங்கே உன் தந்தை என்று யாராவது கேட்டால் என் குழந்தை அழுதுகொண்டு வருமோ? பெற்றோர் ஆசிரியர் கழக விழாக்களுக்கு அப்பாவுடன் வந்து முன் வரிசையில் அமரச் சொல்லிக் கேட்குமோ? எல்லாருக்கும் அப்பா இருக்காரே, எனக்கு மட்டும் ஏம்மா இல்ல? என்று ஏக்கமுடன் வினவுமோ?

ஒரு தந்தையின் தேவை என்னென்ன என்று அவசர அவசரமாக எனக்கு நானே ஒரு பட்டியல் தயாரித்துக்கொண்டேன். என் குழந்தை அப்படியொரு உறவு இல்லாதது குறித்த ஏக்கத்தை ஒருபோதும் அனுபவிக்கக் கூடாது என்பதை என் முதல் விதியாக்கிக் கொண்டேன். எத்தனையோ விதமாக யோசித்துப் பார்த்தபிறகுதான் நானும் அருகே இல்லாமல் அவளை ஒரு போர்டிங் பள்ளியில் படிக்க வைக்கலாம் என்று முடிவு செய்தேன்.

போர்டிங் பள்ளிக் குழந்தைகளிடையே தந்தை குறித்த கருத்துப் பரிமாற்றங்கள் மேலதிகம் இருக்கமுடியாது என்று நினைத்தேன். செலவு அதிகம்தான். பணக்காரப் பள்ளிகளுக்கே உரிய செலவுகள். ஆனாலும் தரமான கல்வி கிடைக்கும். என் கவிதாக்குட்டியின் தன்னம்பிக்கை செழித்து வளரக்கூடும்.

என் முடிவை என் குழந்தையின் காதோரம் மெல்லத் தெரிவித்தேன். சரிதானா, சரிதானா என்று ஒருமுறைக்கு இருமுறை கேட்டுக்கொண்டேன். தூக்கத்தில் குழந்தை சிரித்தது. புன்னகையைத் தன் மொழியாக்கிக்கொள்வது புத்தர்களின்

வழி. எத்தகைய சுமைகளையும் ஒரு புன்னகை வீழ்த்திவிடும். அவளுக்குத் தெரியாமல் அவள் தலைமீது நான் சுமத்தும் சுமையின் கனம்தான் என்னவாக இருக்கும்?

சற்றே குற்ற உணர்ச்சியாக இருந்தது. நொந்துகொள்வது என் இயல்பல்ல. பல்லைக் கடித்துக்கொண்டேன்.

கவிதா, நான் சொல்வது உனக்குப் புரிகிறதா? உனக்கு ஒரு அம்மா இருக்கிறேன். அம்மா மட்டும்தான். என் தவறுகள் அல்ல; என் செயல்களின் விளைவை நீ சுமக்க இருக்கிறாய். என்னை வெறுக்கவோ, ஆதரிக்கவோ உனக்குப் பூரண உரிமை உண்டு. எப்படி உனக்குச் செய்யவேண்டிய கடமை எனக்கு இருக்கிறதோ அந்தமாதிரி.

என் செயல்பாடுகளுக்கு இந்தச் சமூகம் கொடுத்த பெயர் கொழுப்பு. திமிர். அடாவடித்தனம். ராங்கித்தனம். முகத்துக்கு முன்னால் தலைகுனிந்து நகர்ந்து, பின்னால் போனதும் எச்சில் உமிழும் உத்தமர்கள் நிறைந்த பூமியில் நான் ஒரு நல்ல குப்பைத்தொட்டியாக இருக்கிறேன். எத்தனையோ பேர் என்னை அணுகி வந்து துப்பிவிட்டுப் போகிறார்கள். என் சகிப்புத்தன்மையின் எல்லை உனக்குப் புரியாது. புரிந்தால் நீ வியப்படையக் கூடும்.

அடிப்படையில் உன் தாய் நல்லவள். பொங்கிப் பெருகும் புது வெள்ளம் போல் தன் அன்பை அள்ளிக்கொடுக்கும் குணம் கொண்டவள். அணைகள் அல்ல; கால்வாய்கள் கூட எனக்குச் சரிப்படாது. அப்படியே பொங்கிப் பொழியவேண்டும். ஹோவென்ற இறைச்சலில் என்னை நான் எப்போதும் தொலைத்துக்கொண்டிருக்கிறேன். அடித்துச் செல்லப்படும் வஸ்துவாகவும் அடித்துக்கொண்டோடும் நதியாகவும் நானே இருக்கிறேன்.

சிரிக்கிறாயா? தவறே இல்லை. நீ நன்றாகச் சிரிக்கலாம். நாளை அல்லது இன்னொரு நாள் என் கதையை உனக்கு நான் முழுதாகச் சொல்லுவேன். ஒரே ஒரு இடத்தில் வெற்றிடம் வைப்பேன். அதை நீதான் நிரப்ப வேண்டும்.

உன் தந்தையை நான் ஏன் போகச் சொன்னேன்? விக்டரை நான் ஏன் நிர்த்தாட்சண்யமாக நிராகரித்தேன்? இரண்டு பேரும் எனக்கு எப்படி வேண்டியிருந்தார்களோ, அப்படியேதான் இரண்டு பேரும் வேண்டாம் என்றும் தோன்றிவிட்டது.

பைத்தியக்காரர்கள். ஒரே வீட்டில் தான் இருக்கவேண்டாம் என்று சொன்னேன். பல்கலைக் கழகத்திலிருந்து கூட விடைபெற்றுப் போய்விட்டார்கள்.

போகட்டுமே? எனக்கென்ன கஷ்டம் அதனால்? சரியாகப் புரிந்துகொள்ளத் தெரியாதவர்கள்சமூகப்பூச்சிகள். வெறுப்பினாலா நான் போகச் சொன்னேன்? உள்ளார்ந்த அன்பினால் அல்லவா?

அவர்களுக்கு அது புரியவில்லை. உனக்காவது புரியுமா?

புரிய வேண்டும். புரிந்துதான் ஆகவேண்டும். நான் நிரப்பமுடியாத, நிரப்பக்கூடாத வெற்றிடம் இது. என் வாழ்வின் ஒரே அர்த்தம் இந்த விடையற்ற கேள்விதான். இதன் விடையை நீ கண்டுபிடித்தால் உனக்கொரு சபாஷ். வேறென்ன தரமுடியும் உன் அம்மாவால்?

அன்போடு ஒரு முத்தம். அது இப்போதைக்கு. மிச்சத்தை நீதான் தேடிப்பிடிக்க வேண்டும்.

மழை அடித்துக்கொண்டு ஊற்றியது. மின்சாரம் நின்றுபோனது. எமர்ஜென்சி விளக்கு எரியத் தொடங்கியது. நான் கவிதாவை அணைத்தபடி உறங்க ஆரம்பித்தேன்.

அத்தியாயம் இருபத்து இரண்டு

‘மன்னிக்கவேண்டும், உங்கள் எல்லோரையும் கொன்று விடுவதாக முடிவு செய்திருக்கிறோம்.’

ஒரு புத்தரின் கனிவுடனும் காந்தியின் நிதானத்துடனும் அவர்கள் அறிவித்தார்கள். தோளில் இருந்த துப்பாக்கியை எடுத்துக் கையில் வைத்துக்கொண்டார்கள். முக பாவத்தில் மட்டும் மாறுதல் ஏதுமில்லை. செய்தி வாசிப்பாளர்கள் கூடச் செயற்கையாக எப்போதாவது சிரிப்பார்கள். துக்கச் செய்திகள் வரும்போது முகத்தைக் கொஞ்சம் தீவிரமாக வைத்துக்கொள்வார்கள். எனக்கு மிகவும் வியப்பாக இருந்தது. பஞ்சபூதங்களின் இயல்பை அல்லவா இவர்கள் கொண்டிருக்கிறார்கள்? தீவிரவாதம் செய்யவும் புத்தரின் இயல்பு வேண்டும்போலிருக்கிறது.

இதுதான் உச்சக்கட்டம். இதற்குமேல் ஒன்றுமில்லை. கொல்வதற்கு அவர்கள் தயாராகிவிட்டதுபோல இறப்பதற்கும் நாங்கள் தயாராக வேண்டுமல்லவா? ஆனால் அப்படி யாரும் தயாரானதுபோலத் தெரியவில்லை. அலறல் குரல்கள் எல்லா மொழிகளிலும் ஒரே மாதிரியாகத்தான் ஒலிக்கின்றன. ஆபத்பாந்தவனையும் அநாதரட்சகனையும் அவரவர் வழக்கப்படி

அழைத்துக்கொண்டிருந்தார்கள். கணவன் மனைவிகள் இறுக்கி அணைத்து முத்தம் கொடுத்து, பதற்றத்தைத் தணிக்கப் பார்த்துக்கொண்டிருந்தார்கள். எல்லா நெஞ்சங்களிலும் சிலுவை வரையப்பட்டது. நீர் ததும்பும் விழிகளும் நிலைகொள்ளாத மொழியுமாகப் பிரதேசமே சில கணங்கள் உணர்ச்சிப் பிழம்பாகிவிட்டது.

உங்களுடைய கோரிக்கைதான் என்ன? எதற்கு எங்களை பலிகொடுக்கிறீர்கள்? நாங்கள் என்ன பாவம் செய்தோம்?

யாரோ ஒருவர் வழக்கறிஞர்போல் ஆவேசமாகப் பேசத் தொடங்கியதை இன்னொருவர் இடைவெட்டினார். நீங்கள் நினைத்தது நடக்கவில்லை என்பது புரிகிறது. எங்களுடைய ஆழ்ந்த வருத்தங்கள், அனுதாபங்கள்; ஆனால், அந்தத் தோல்விக்கு நாங்கள் எப்படிப் பொறுப்பாவோம்? வன்முறை ஒருபோதும் நல்ல தீர்வைத் தராது என்று சொன்னார்.

எனக்கு இந்தப் புலம்பல்கள் ஒருவிதத்தில் சோர்வு, இன்னொரு விதத்தில் சிரிப்பு மூட்டிக்கொண்டிருந்தன. திரைக் காவியங்களில் வருவதுபோல், தீவிரவாதிகளைப் பேசியே, அல்லது தேச பக்திப் பாட்டுப் பாடியே திருத்திவிடமுடியும் என்று எனக்குத் தோன்றவில்லை. தவிரவும் ஒரு அவசரத்துக்கு விஜயகாந்தும் பக்கத்தில் இல்லை.

என்ன பிரச்னை இப்போது? கொல்ல விரும்புகிறார்கள். அவ்வளவுதானே. செய்துவிட்டுப் போகட்டுமே என்றுதான் உண்மையிலேயே தோன்றியது. தப்பிக்க வழியற்றுப் போகும்போது சந்தோஷமாக ஏற்பதுதான் ராஜதந்திரம். தவிரவும் மெரினாவில் மிச்சமிருக்கும் இடத்தில் ஒரு சிலைக்கான சாத்தியம் இருந்தாலும் இருக்கும். ராக்கெட் வெடித்துச் செத்துப்போன அமெரிக்காகாரிக்கு திடீரென்று ஒரு பாரம்பரிய இந்தியப் பெண்மணி அங்கீகாரம் கிடைத்து அவள் பெயரில் விருதெல்லாம் வழங்கவில்லையா?

குளிர் கொட்டிக்கொண்டு போனது. என் உடலும் சிந்தையும் நடுங்கிக்கொண்டிருந்தது. தொடர்பற்று, அபத்தமான

சிந்தனைகள் சரம் சரமாக வந்துகொண்டே இருந்தன. நானே நிராகரித்துவிடக்கூடிய சிந்தனைகள். ஒரு வேண்டுதல் மாதிரி மரணத்துக்கு முன்னால் சாத்தியமான அனைத்தையும் நினைத்துப் பார்த்துவிடவேண்டும்போலொரு வெறி.

கடவுள்? ம்ஹூம். தோன்றவில்லை. ஒருவேளை அடுத்த பிறப்பில் ஒரு ஆண்டாளாகவோ மீராபாயாகவோ பிறந்து பாமாலை சூடிக்கொள்ளலாம். இந்தப் பிறப்பில் என் கடவுள் என் கண்களில் தட்டுப்படவே இல்லை.

அவர்கள் எங்களை நடுக்கும் குளிரில் வரிசையாக நிறுத்திவைத்திருந்தார்கள். கொல்லப்பட்ட மிருகத்தை முன்னே வைத்துப் படம் எடுத்துக்கொள்கிற வேட்டைக்காரர்களைப்போல, கொல்லப்படவிருக்கும் எங்களுக்கு மௌனப் பின்னணியாக, கடத்தப்பட்ட எங்கள் விமானம் நின்றிருந்தது.

நான் வரிசையிலிருந்து சற்றே விலகிப் பார்த்தேன். எனக்குமுன் இருபத்தைந்து பேராவது நின்றுகொண்டிருந்தார்கள். ஒருவரைச் சுடுவதற்கு அரை நிமிடம் என்று வைத்துக்கொண்டாலும், பதினைந்து நிமிடங்கள் ஆகிவிடும். ஒருவேளை சரவெடிபோல் படபடவென்று சுட்டுத் தீர்த்துவிடுவார்களாயின் அந்த அவஸ்தையும் இல்லை.

எதற்கும் கேட்டுப்பார்க்கலாம் என்று நினைத்து, 'நான் சற்று ஓரமாக உட்காரலாமா?', என்று அவர்களிடம் கேட்டேன். 'என் முறை வரும்போது கூப்பிடுங்கள். சமர்த்தாக வந்து செத்துப்போகிறேன்.'

அவர்கள் சற்றே சந்தேகத்துடன் என்னைப் பார்த்தார்கள். ஒருவேளை நான் ஓர் ஆஜானுபாகுவான ஆண்மகனாக இருந்திருந்தால், தப்பிக்கும் தந்திரம் என்று எண்ணியிருப்பார்களோ என்னவோ. பெண்ணாய்ப் பிறந்ததில் இப்படியும் ஒரு சௌகரியம்.

காரணமின்றி என் நடை தளர்ந்திருந்தது. ஓரமாகச் சென்று அமர்ந்துகொண்டதும் சற்றே ஆசுவாசமாக இருந்தது.

தொடர்ச்சியற்ற நினைவுகளின் குழப்பம் என்னைப் பந்தாடிக்கொண்டிருந்தபோது பின்னாலிருந்து தோளை யாரோ தட்டுவதுபோல் தோன்றியது. திடுக்கிட்டுத் திரும்பினேன்.

கவிதாக் குட்டி. ஒருகணம் சூழலின் குளிர் இளகி, இளம் சூடாக உருமாறிவிட்டதுபோலிருந்தது எனக்கு.

ஓடிப்போய் அவளைத் தூக்கி மாற்றி மாற்றி முத்தமிட்டு இறுக்கி அணைத்துக்கொண்டேன்.

‘கவிதாக்குட்டி, இங்க எப்படி வந்தே?’ என் வியப்பை என்னால் விவரிக்கவே முடியாது.

அவளுக்குப் பிடித்தமான ஃபுளோரஸன்ட் நிறத்தில் ஃப்ராக் அணிந்திருந்தாள். உடம்பெல்லாம் ஜில்லென்றிருந்தது. பாவம் குழந்தை, குளிர் பிரதேசத்துக்குத் தகுந்தாற்போல் ஒரு ஸ்வெட்டராவது போட்டுக்கொண்டு வரக்கூடாதா?

‘எப்படிம்மா இங்கே வந்தே?’, என்று நான் மறுபடி கேட்டதும், ‘நான் எப்போம்மா உன்னை விட்டுப் போனேன்?’ என்றாள் கவிதாக் குட்டி.

எனக்குச் சட்டென்று எதுவும் பேசத் தோன்றவில்லை. நெஞ்சை அடைத்தமாதிரி இருந்தது. சிறிய மௌனத்துக்குப்பிறகு, ‘நீ இப்ப வந்தது சரியில்லே கவிதா. இப்போ நான் சாகப்போறேன். இவங்க என்னைக் கொல்லப்போறாங்களாம்’, என்றேன் தயக்கத்துடன். என் குரலின் நடுக்கம் எனக்கே புதிதாக இருந்தது. மரணம் பெரிய விஷயமில்லை என்றாலும் என் கவிதாக்குட்டி எனக்கு முக்கியமல்லவா? கடவுளை நினைத்திராவிட்டாலும் என் அடிமனத்தில் கவிதாக்குட்டிதான் நிறைந்திருந்தாள். சொற்களற்று. உருவமும் அற்று. ஒரு வாசனையாக. காற்றைப்போல எங்கும் நிரம்பிப் படர்ந்திருப்பவள் அல்லவா?

‘தெரியும்மா’, என்றது குழந்தை. ‘சாதாரணமாவே நீ அழகா இருப்பே. சாகும்போது உன் அழகைப் பார்க்கத்தான் வந்தேன்.’ என்றாள் வெகு சாதாரணமாக.

அவளுடைய பேச்சு எனக்குப் பெரிதும் அதிர்ச்சியளித்தது. அம்மாவை ரசிக்கிற, அவளையே பேரழகியாக நினைக்கிற குழந்தைகள் எங்கேயும் இருக்கத்தான் செய்வார்கள். ஆனால் அவள் மரணத்தின் அழகைப் பார்க்க விரும்புவார்களா?

அதுவரை எனக்குச் சாவைப்பற்றி எந்தக் கவலையும் தோன்றியிருக்கவில்லை. ஆனால், அப்போது முதன்முறையாக, 'ஐயோ' என்று நெஞ்சுக்குள் ஒரு பந்து எகிறிக் குதித்தது. கொலை அறிவிப்பைக் கேள்விப்பட்டதும் சட்டென்று அலறிய மற்றவர்களை நினைத்துக்கொண்டேன்.

என் வாழ்வின் அபத்தங்கள் அல்லது அற்புதங்கள் எதனாலும் என் குழந்தை பாதிக்கப்பட்டுவிடக்கூடாது என்று அவள் பிறந்த கணத்திலிருந்தே விரும்பிவந்திருக்கிறேன். அவளை ஊர் கண்ணிலிருந்து காப்பாற்றி ஊட்டிக்குப் படிக்க அனுப்பியதிலிருந்து அவளுக்கான என் பிரத்தியேக நடவடிக்கைகள் ஆரம்பமாகியிருந்தன.

பிரசித்தி பெற்ற 'அப்பா இல்லாத குழந்தை' என்கிற போலி செண்டிமெண்ட் வளையத்தில் என் குழந்தை சிக்கிவிடக்கூடாது என்பதற்காகவே அவளது மேல் படிப்பை அமெரிக்காவில் வைத்துக்கொள்ள முடிவு செய்து விசாவுக்கெல்லாம் ஏற்பாடு செய்திருந்தேன்.

போய்விடவேண்டும். கண்காணாமல் எங்காவது. அமெரிக்காவோ அண்டார்டிகாவோ ஆப்பிரிக்காவோ. இடம் பொருட்டல்ல. இருப்பும் இயக்கமுமே முக்கியம். என் அன்பைத் தவிர வேறு எதுவும் என் சீதனமாக அவளுக்குப் போய்ச்சேரலாகாது என்று தீர்மானம் செய்திருந்தேன்.

ஆனால், இப்படியொரு பெருந்தடை வந்துசேரும் என்று நான் எதிர்பார்க்கவில்லை. அதைவிட முக்கியமாக, என்னைச் சுடப்போகிறேன் என்று அவர்கள் மிரட்டியபிறகும், 'சரிதாம்பா' என்று ஏன் நெஞ்சு நிமிர்த்தி நின்றேன்? அந்தக் கணத்தில் கவிதாக்குட்டியை நினைக்க மறந்துபோனது ஏன்?

இதற்குமுன் இப்படி நான் பலவீனமாக உணர்ந்தது, பிரசவத்தின்போதுதான். இந்த நேரத்திலாவது அம்மா என் பக்கத்தில் இருக்கமாட்டாளா என்று ஏக்கம் தோன்றிய அந்த ஓர் இரவுதான். அதன்பிறகு, விக்டர், மனோஜ் இருவரையும்

நிராகரித்துவிட்டுத் தனியே வாழ்ந்தபோதுகூட, காலுக்குக் கீழே பூமி கழன்றுவிட்டதுபோல் பதறியதில்லை.

ஆனால் இப்போது எல்லா முகமூடிகளும் கழன்றுகொள்ள, மிகச் சராசரியாக என்னை உணர்ந்தேன். என் உலகம், என் குழந்தை. அவ்வளவுதான், அவ்வளவேதான். இதற்குமேல் ஏதும் இருக்கமுடியுமா என்ன? வாய்ப்பில்லை என்றுதான் இப்போது தோன்றியது.

'நான் சாகமுடியாது', என்றேன் குரல் நடுங்க. 'உன்னை இப்படித் தனியாக விட்டுவிட்டுச் சாவது சுயநலம்!'

'யாரும் தனியாக இல்லை அம்மா', என்றாள் கவிதா. 'என்னைத் தாங்குவதற்கோ, தவிக்கவிடுவதற்கோ நிச்சயமாக உன்னால் முடியாது. கவலைப்படாதே, நான் என்னை கவனித்துக் கொள்வேன்'

இன்னும் மழலை விலகாத குரலில் இப்படித் தத்துவம் பேசுகிறாளே என்று நான் யோசித்துக்கொண்டிருக்கும்போதே, துப்பாக்கி வெடிக்கிற சப்தம் கேட்டது.

அந்த ஒலியின் நீட்சி முழுக்க விலகுவதற்குள், இருவர் சுருண்டு விழுவதைப் பார்க்கமுடிந்தது.

நிஜமாகவே சுடத் தொடங்கிவிட்டார்கள். பயத்தில் சட்டென்று காதைப் பொத்திக்கொண்டேன். 'என்னைச் சுடாதீர்கள், நான் சாக விரும்பவில்லை', என்று அழ ஆரம்பித்தேன்.

கவிதாக் குட்டி சிரித்தாள், 'என்னால் நம்பமுடியவில்லை அம்மா. நீயா அழறே? அழறதால தப்பிச்சுட முடியும்னா நினைக்கறே? நீ சாகவேண்டியதுதான் அம்மா. நான் எதிர்பார்த்ததுபோல் அழகாகவே.'

'நான் ஏன் சாகவேண்டும் கவிதா?' என்றேன் அபத்தமாக.

'உனக்கு ஏன் திடீரென்று இப்படி ஒரு சந்தேகம் அம்மா? நீ எப்போதும் உன்னுடைய முடிவுகளை எண்ணி வருந்தியதில்லை,

எனக்கும் உனது பழைய வாழ்க்கையைப் பற்றிய அசிங்கமோ, அவமானமோ கொஞ்சமும் இல்லை.

'ஆனால், எத்தனை பேருக்குத் தங்களுடைய சாவைத் தாங்களே அணு அணுவாக ரசிக்கும் அனுபவம் கிடைக்கும்? நீதான் எப்போதும் புது அனுபவங்களைத் தேடுகிறவளாயிற்றே?'

'ஐயோ, உனக்கு ஒண்ணும் புரியலை கவிதாக்குட்டி', என்றேன் நான், 'பணம், படிப்பு, சொத்து, சமூக மதிப்பு என்று எந்தவிதத்திலும் உனக்கு வழி செய்துவைக்காமல் நான் இப்படிச் சாகமுடியாது.'

'என் வழியை நான் அமைத்துக்கொள்வேன் அம்மா, எனக்கு அந்த நம்பிக்கை இருக்கிறது', என்றாள் கவிதாக்குட்டி. 'ஆனால் ஒன்று, இத்தனை நாளாக நீ காப்பாற்றிவந்த பதறாத சமநிலையை எனக்காகவா குலைத்துக்கொள்ளப் பார்க்கிறாய்? செய்தது எல்லாவற்றுக்காகவும் வருந்துவதுபோல் தடுமாறுகிறாயே. என்னம்மா இது? உன் அழகு குறைகிறதே? இந்தத் தப்பை நான் எப்போதும் செய்யமாட்டேன்'

நான் பேச்சற்று நின்றுவிட்டேன். என் குழந்தையா இது? என் குழந்தையா இப்படிப் பேசுகிறாள்? ஆனால் சரியாகத்தான் பேசுகிறாள். என் அழகு, என் அகம்பாவம் எல்லாமே என் தீர்மானங்களல்லவா? என் வாழ்வை நானே தீர்மானித்து வடிவமைத்துக்கொண்ட நேர்த்தி அல்லது பிசிறு அல்லவா? சட்டென்று அதெல்லாமே எப்படி உதிர்ந்து தூளாகிப் போகிறது? எதுவுமே முக்கியமல்ல, என் குழந்தையைத் தவிர என்று ஏன் தோன்றுகிறது?

இந்தக் குழந்தையின் பிறப்புக்கு நான் வெறும் நிமித்தம் மட்டும் என்று நினைத்திருக்கிறேன். உணர்ச்சிவயப்பட ஏதுமில்லை என்றுதான் நம்பிக்கொண்டிருந்தேன். அதன்மீது நான் செலுத்த உத்தேசித்திருந்த அன்பைக்கூட என் பிரத்தியேக சந்தோஷமாகத்தான் பார்த்தேன். ஓடும் வேகத்துக்கு இடையே சட்டென்று ஒருகணம் நின்று நிலைக்கண்ணாடியில் பார்த்துத் தலைவகிடைச் சரிசெய்துகொள்வது போல.

அது எல்லாமே பொய்தானா?

கவிதாக்குட்டி சிரித்தாள். பொய்தான் என்று சொல்வது போலிருந்தது. நான் கண்களைத் துடைத்துக்கொண்டேன். ஆனால் அழுகை கட்டுக்கடங்காமல் பெருகிக்கொண்டேதான் இருந்தது.

திரும்பிப் பார்த்தபோது எனக்கு முன் நின்றுகொண்டிருந்த அத்தனை பேரும் சுடப்பட்டு விழுந்துவிட்டிருந்தார்கள்.

'ஐயோ, வேண்டாம்', என்று அலறியபடிஎழுந்தேன். 'தயவுசெய்து என்னை விட்டுவிடுங்கள்'

நான்கட்டுப்பாடிழந்துகதறிக்கொண்டிருக்கையில், கவிதா என்னை நிதானமாகக் கடந்து சென்று, என் முன்னே துப்பாக்கியுடன் நின்றிருந்தவனை நெருங்கிக் கை குலுக்குவதுபோல் கை நீட்டினாள், 'வணக்கம் அங்கிள், என் பெயர் கவிதா'

அவனுக்கு அவள் பேசுகிற மொழி புரியவில்லை. 'நான் ஆங்கிலத்தில் பேசலாமா?', என்று கவிதா கேட்டபோதும்கூட, புரியாமல் விழித்தான். ஆனால், இத்தனை நாளாக இங்கே இருந்த பணயக் கும்பலில், இந்தப் பெண் இல்லை என்பது மட்டும் அவனுக்குத் தெரிந்துவிட்டது.

யார் இந்தச் சிறுமி, எப்படி இங்கே வந்தாள் என்று அவன் குழம்பிக்கொண்டிருக்கையில், கவிதா அவனுக்கு என்னை அறிமுகப்படுத்திவைத்தாள், 'இதுதான் என்னுடைய அம்மா'

அந்தத் துப்பாக்கிக்காரன் என்னையும் கவிதாவையும் மாறி மாறிப் பார்த்துக்கொண்டிருக்கையில், பக்கத்திலிருந்தவன் அவனுடைய தோளைத் தொட்டு, 'இதற்கெல்லாம் சலனப்படக்கூடாது', என்று நிதானமாகச் சொல்லிவிட்டு, துப்பாக்கியை நிமிர்த்திக் காட்டினான்.

'ஐயோ, வேண்டாம். என்னைக் கொல்லாதீர்கள், ப்ளீஸ்!'

'அம்மா, இந்தப் புது அனுபவத்தை மட்டும் ஏன் மறுக்கிறாய்?', என்றாள் கவிதா. என்னால் பதில் சொல்லமுடியவில்லை. என் உடல் நடுங்கிக்கொண்டிருந்தது.

‘அங்கிள், தயவுசெய்து தாமதப்படுத்தாதீர்கள், என் அம்மாவுக்கு இன்னொரு புதிய அனுபவத்தை ரசிக்கக் கொடுங்கள்’, என்றாள் அவனிடம்.

அவன் துப்பாக்கியை என் முன்னே நீட்டிக் குறிபார்த்தான்.

‘அம்மா நீ ரொம்ப அழகா இருக்கே’ என்றாள் கவிதாக்குட்டி.

முற்றும்

www.ingramcontent.com/pod-product-compliance
Ingram Content Group UK Ltd.
Pitfield, Milton Keynes, MK11 3LW, UK
UKHW042018190726
13854UKWH00005B/2348